വിജ്ഞാനവർഷം

പുസ്തകം 134

സാഹിത്യത്തിലെ വിശ്വമഹാപ്രതിഭകൾ

sahithyathile viswamahaprathibhakal
vijnanavarsham

•

s d chullimanoor

•

first edition
september 2019

•

typesetting & published
chintha publishers, thiruvananthapuram

•

cover
vinod mangoes

വിതരണം

ദേശാഭിമാനി ബുക്ക് ഹൗസ്

H O തിരുവനന്തപുരം-695 035
www.chinthapublishers.com
chinthapublishers@gmail.com

ബ്രാഞ്ചുകൾ

ഹെഡ്ഡാഫീസ് കുന്നുകുഴി • സ്റ്റാച്യു തിരുവനന്തപുരം • കെ എസ് ആർ ടി സി ബസ് സ്റ്റേഷൻ ആലപ്പുഴ • കെ എസ് ആർ ടി സി ബസ് സ്റ്റേഷൻ എറണാകുളം • ഐ ജി റോഡ് കോഴിക്കോട് • കെ എസ് ആർ ടി സി ബസ് സ്റ്റേഷൻ കോഴിക്കോട് • എൻ ജി ഒ യൂണിയൻ ബിൽഡിങ് കണ്ണൂർ • സെൻട്രൽ ബസ് ടെർമിനൽ കോംപ്ലക്സ് താവക്കര കണ്ണൂർ

CO - VV- 134 / 2852 / 5119
ISBN - 978-93-89410-13-6

സാഹിത്യത്തിലെ
വിശ്വമഹാപ്രതിഭകൾ

എസ് ഡി ചുള്ളിമാനൂർ

ചിന്ത പബ്ലിഷേഴ്സ്
തിരുവനന്തപുരം-695 035

എസ് ഡി ചുള്ളിമാനൂർ

തിരുവനന്തപുരം ജില്ലയിലെ ചുള്ളിമാനൂരാണ് സ്വദേശം. സംസ്ഥാന സഹകരണവകുപ്പിൽ അസിസ്റ്റന്റ് രജിസ്ട്രാറായി സേവനത്തിൽനിന്നും വിരമിച്ചു. ചെറുകഥാസമാഹാരം, നാടകം, ബാലസാഹിത്യം, ലേഖനം എന്നിവയിലായി ഇരുപത്തഞ്ചോളം കൃതികളുടെ കർത്താവാണ്.

ഭാര്യ : Late ആർ പത്മാജോൺസ്
മക്കൾ : സൗമ്യ, ജിതിൻ
മരുമകൻ : അനീഷ് പീറ്റർ
കൊച്ചുമകൾ : സാറാ മരിയ
വിലാസം : മൊട്ടക്കാവ്, ചുള്ളിമാനൂർ
നെടുമങ്ങാട് 695541
ഫോൺ : 9495550470

ഉള്ളടക്കം

പ്രസാധകക്കുറിപ്പ്

വിശ്വസാഹിത്യത്തിലെ മഹാപ്രതിഭകളെ അടുത്തറിയാൻ സഹായകരമായ ഒരു ഗ്രന്ഥമാണിത്. ഭാഷകളുടെയും പ്രാദേശികതയുടെയും അതിരുകൾ ഭേദിച്ച് വിശ്വമാനവികതയിലേക്കുയർന്നവരാണ് സാഹിത്യത്തിലെ മഹാരഥന്മാർ. അവരുടെ കൃതികൾ ഏതെങ്കിലും ഒരു പ്രദേശത്ത് വേരൂന്നി നില്ക്കുമ്പോൾത്തന്നെ വിശ്വത്തോളം വികസിക്കുന്ന ആകാശത്തേക്കാണ് ചില്ലകൾ വിരിക്കുന്നത്. എല്ലാ വൈവിദ്ധ്യങ്ങൾക്കിടയിലും മനുഷ്യനെ ബന്ധിപ്പിക്കുന്ന ചിലതുണ്ട്. കാലദേശങ്ങൾക്കതീതമായി അത് അനുഭവിപ്പിക്കാൻ കഴിഞ്ഞിട്ടുള്ളവർ വിശ്വസാഹിത്യകാരന്മാർ എന്ന ഗണത്തിൽപ്പെടും. വിജ്ഞാന വർഷം എന്ന ശീർഷകത്തിനു കീഴിലാണ് ഈ പുസ്തകം ഉൾപ്പെടുത്തിയിട്ടുള്ളത്. വിദ്യാർത്ഥികൾക്കും സാധാരണ വായനക്കാർക്കും ഒരു റഫറൻസ് ഗ്രന്ഥമായിരിക്കും ഇത്. കസൻദ് സാക്കീസ്, പൗലോ കൊയ്‌ലോ, പാബ്ലോ നെരൂദ, സാദിക് റൂൾഫോ, യസുനറി കവാബത്ത, സാദിക് ഹിദായത്ത്, ഖലീൽ ജിബ്രാൻ, ഫ്രാൻസ് കാഫ്ക, അൽബേർ കാമു, മാർക്വേസ്, ഹെമിങ് വേ, ടോൾസ്റ്റോയി, ദസ്തയേവ്സ്കി, ഷൊളക്കോവ്, വിക്ടർ ഹ്യൂഗോ, മാക്സിം ഗോർക്കി, ന്യൂട്ട് ഹാംസൺ തുടങ്ങി നിരവധി പേരുടെ ജീവിതവും രചനകളും ഈ എഴുത്തിൽ ഉൾപ്പെടുത്തിയിട്ടുണ്ട്.

ചിന്ത പബ്ലിഷേഴ്സ്

കസൻദ് സാക്കീസ്

മനുഷ്യമനസ്സിന്റെ ആത്മീയ ഭൗതിക തലങ്ങളെ ആഴത്തിൽ സ്പർശിച്ച മഹാപ്രതിഭ

ഒരു വിശുദ്ധനായിത്തീരണമെന്ന് ചെറുപ്പത്തിൽ ആഗ്രഹിക്കുകയും ആത്മാവും ശരീരവും തമ്മിലുള്ള നിരന്തര പോരാട്ടത്തിലൂടെ വളർന്ന് മനുഷ്യസ്നേഹത്തിന്റെയും സ്വാതന്ത്ര്യത്തിന്റെയും സമാധാനചിന്തകളുടെയും വക്താവായിത്തീരുകയും ചെയ്ത, കഴിഞ്ഞ നൂറ്റാണ്ടിലെ മഹാനായ സാഹിത്യപ്രതിഭയാണ് നിക്കോസ് കസൻദ് സാക്കീസ്.

1883 ഫെബ്രുവരി 18 ന് ഗ്രീസിൽ ക്രീറ്റ് ദ്വീപിലെ ഒരു സാധാരണ കർഷകകുടുംബത്തിലാണ് കസൻദ് സാക്കീസ് ജനിച്ചത്.

ധീരനും പരുക്കനുമായിരുന്നു വീഞ്ഞുവില്പനക്കാരനായ പിതാവ് മിഹാലിസ്. ഗ്രീക്ക് ഓർത്തഡോക്സ് സഭാംഗമായ അദ്ദേഹത്തിന് പുരോഹിതവർഗ്ഗത്തോടാകെ വെറുപ്പായിരുന്നു. അമ്മ മരിയയാകട്ടെ അത്യന്തം സ്നേഹവതിയും നന്മകളുടെ വിളനിലവുമായിരുന്നു.

പിതാവുമായി അല്പവും അടുപ്പം കാട്ടാതിരുന്ന ആ ബാലൻ അമ്മയെ വളരെയധികം സ്നേഹിച്ചു. നല്ല ക്ഷമയും സഹനശക്തിയും ഭൂമിയെപ്പോലെ മാധുര്യവുമുണ്ടായിരുന്ന അമ്മയുടെ മാന്ത്രികപ്രഭാവം കസൻദ് സാക്കീസിനെ വല്ലാതെ സ്വാധീനിക്കുകയുണ്ടായി. ഈസ്റ്ററിനും ക്രിസ്മസിനും മാത്രം സ്വന്തം മകളെയും പേരക്കുട്ടികളെയും കാണാൻ വീട്ടിൽ എത്തിയിരുന്ന മുത്തച്ഛനെപ്പറ്റിയും നിറമുള്ള സ്വപ്നങ്ങൾ അവൻ

മനസ്സിൽ സൂക്ഷിച്ചു.

നാക്സോസ്, ഹെറാക്ലിയോൺ എന്നിവിടങ്ങളിലായിരുന്നു പ്രാഥമിക വിദ്യാഭ്യാസം. 1902 ൽ ആഥൻസ് സർവ്വകലാശാലയിൽ നിയമപഠനത്തിനു ചേർന്നു. തുടർന്ന് പാരീസിൽ ഹെൻറി സർഗ്സൺ എന്ന തത്ത്വചിന്തകന്റെ ശിഷ്യനായിത്തീർന്ന സാക്കീസ് പിന്നീട് ജർമ്മനിയിലും ഇറ്റലിയിലും സാഹിത്യം, കല എന്നിവയിൽ പഠനം നടത്തി. ഈ കാലയളവിൽ ഗ്രീക്കും ലാറ്റിനും ഭാഷകൾ വശമാക്കിയ ആ യുവാവ് കുറച്ചു കാലം പത്രപ്രവർത്തകനായി സേവനമനുഷ്ഠിച്ചു.

യുവാവായിരിക്കുമ്പോൾത്തന്നെ കസൻദ് സാക്കീസ് ധ്യാനവും ഏകാന്തജീവിതവുമായി ആതോസ് മലയിലെ ആശ്രമങ്ങളിൽ കഴിഞ്ഞു. ഒടുവിൽ അദ്ദേഹം ഫ്രാൻസിസ് അസീസിയുടെ ആശ്രമത്തിൽ എത്തിപ്പെട്ടു. ആത്മാവും ശരീരവും തമ്മിലുള്ള പോരാട്ടത്തിൽ, ഭോഗാസക്തിയിൽ നിന്നും ധ്യാനനിരതമായ ഈശ്വരോപാസനയിലേക്കു വളർന്ന ഫ്രാൻസിസ് അസീസിയുടെ സ്വാധീനം, ഏതാണ്ട് സമാനാവസ്ഥകളിലൂടെ കടന്നുപോയ കസൻദ് സക്കീസിനുമുണ്ടായതിൽ അത്ഭുതപ്പെടാനില്ല. എന്നാൽ യഥാസ്ഥിതിക സഭയെയും, പുരോഹിതന്മാരെയും വെറുത്തിരുന്ന അദ്ദേഹം സഭയുടെ ആരാധനകളിൽ സംബന്ധിച്ചിരുന്നില്ല.

ആശ്രമജീവിതം ഉപേക്ഷിച്ച് നാട്ടിലേക്കു മടങ്ങിയ കസൻദ് സാക്കീസ് 1911 ൽ എഴുത്തുകാരിയായ ഗലേറ്റ അലക്സിയെ വിവാഹം കഴിച്ചു. എന്നാൽ പതിനഞ്ചു വർഷം മാത്രം നീണ്ട ആ ദാമ്പത്യം 1926 ൽ അവസാനിക്കുകയാണുണ്ടായത്.

1919 ൽ സാമൂഹ്യക്ഷേമ വകുപ്പിൽ ഉദ്യോഗത്തിൽ ചേരുകയും അവിടെ ഡയറക്ടർ ജനറലായി സേവനമനുഷ്ഠിക്കുകയും ചെയ്തു.

മനുഷ്യസ്നേഹത്തിന്റെയും സ്വതന്ത്ര മനോഭാവത്തിന്റെയും സമാധാനചിന്തകളുടെയും പ്രവാചകനാകാനാശിച്ച സാക്കീസിന് ആത്മാവും ശരീരവും തമ്മിലുള്ള പോരാട്ടമായിരുന്നു ജീവിതം. ഒരേ സമയം കമ്യൂണിസ്റ്റു വിശ്വാസവും അതിനു കടകവിരുദ്ധമായ ആശയങ്ങളുംകൊണ്ട് സംഘർഷഭരിതമായിരുന്ന ആ മനസ്സ്, വിപ്ലവത്തിന്റെ രക്തവർണ്ണങ്ങളേക്കാൾ മനുഷ്യനെ അനുഭൂതിനിർഭരമാക്കുന്ന കാവ്യാത്മകതയിൽ അഭയം കണ്ടെത്തുകയായിരുന്നു. ബുദ്ധദർശനങ്ങളോടും ക്രിസ്തു ദർശനങ്ങളോടും വല്ലാതെ പ്രതിപത്തി പുലർത്തിയിരുന്ന സാക്കീസിന്റെയുള്ളിൽ ക്രിസ്തുവും ബുദ്ധനും അമാനുഷ സങ്കല്പങ്ങളായി നിറഞ്ഞുനിന്നു.

യാത്രകളും സ്വപ്നങ്ങളുമായിരുന്നു ആ പ്രതിഭാശാലിയുടെ രക്ഷാകവചം. ഫ്രാൻസ്, സ്പെയിൻ, ഇംഗ്ലണ്ട്, റഷ്യ, ചൈന, ജപ്പാൻ, പാലസ്തീൻ, ഈജിപ്റ്റ് തുടങ്ങിയ രാജ്യങ്ങളിൽ സന്ദർശനം നടത്തുകയും അവിടെയൊക്കെ മാസങ്ങളോളം ചെലവഴിക്കുകയും ചെയ്ത അദ്ദേഹം അവിടങ്ങളിലെ സംസ്കാരവും ജീവിതരീതിയുമൊക്കെ മനസ്സിൽ പകർത്തുകയും, ആ രാഷ്ട്രങ്ങളെപ്പറ്റി താനെഴുതിയ ഗ്രന്ഥങ്ങളിൽ അവയൊക്കെ മനോഹരമായി അവതരിപ്പിക്കുകയും ചെയ്തു.

തീക്ഷ്ണമായ ആത്മീയതയും സാമൂഹികമാറ്റം വഴി സ്വാതന്ത്ര്യത്തിലേക്കുള്ള അഭിവാഞ്ഛയും തന്റെ കൃതികളിലൂടെ പ്രകാശിപ്പിക്കാൻ കഴിഞ്ഞ ഈ മനുഷ്യസ്നേഹി കരുണയുടെയും സ്നേഹത്തിന്റെയും

വക്താവായി മനുഷ്യമഹത്വത്തിലേക്കു സഞ്ചരിക്കുകയായിരുന്നു തന്റെ സാഹിത്യജീവിതത്തിലൂടെ. ആത്മീയതയും ഭൗതികസുഖങ്ങളും തമ്മിലുള്ള ശക്തമായ ഏറ്റുമുട്ടൽ ആവിഷ്കരിച്ച സാക്കീസ്, മനുഷ്യനും ദൈവവുമായുള്ള ബന്ധം തന്റെ പല കൃതികളിലും പകർത്താൻ മറന്നില്ല.

സ്ഥാപനവല്ക്കരിക്കപ്പെട്ട ക്രിസ്തുമതത്തോട് നിരന്തരം സംഘർഷത്തിലായിരുന്ന ആ പ്രതിഭാശാലി മൗലികമായ ദാർശനികചാരുത നല്കി ക്രിസ്തുവിനെയും അദ്ദേഹത്തിന്റെ കാലഘട്ടത്തേയും ചിത്രീകരിച്ചു. ശരീരത്തെയും ആത്മാവിനെയും ഒരുപോലെ പ്രണയിച്ച അദ്ദേഹം ലൈംഗികതയെ ഉദാത്തീകരിച്ചു കാണുന്നതിനും തന്റെ രചനകളിൽ ഇടം കണ്ടെത്തി.

ഇരുപത്തഞ്ചോളം ശ്രദ്ധേയ കൃതികളുടെ കർത്താവായ അദ്ദേഹം തന്റെ നോവലുകളിലൂടെയാണ് ലോകശ്രദ്ധ നേടിയത്. തന്റെ ഏറ്റവും ശ്രദ്ധിക്കപ്പെടുകയും, യാഥാസ്ഥിതിക മതത്തിന്റെ നിശിതമായ കടന്നാക്രമണം ഏറ്റുവാങ്ങേണ്ടി വരികയും ചെയ്ത രണ്ടു നോവലുകളാണ് *ദി ഗ്രീക്ക് പാഷൻ, ദി ലാസ്റ്റ് ടെംപ്റ്റേഷൻ ഓഫ് ക്രൈസ്റ്റ്* എന്നിവ. മതം നമുക്ക് നല്കുന്ന അറിവുകളെപ്പറ്റിയുള്ള പുനർവിചിന്തനമായി ആത്മകഥാപരമായി രചിച്ച നോവലാണ് *റിപ്പോർട്ട് ടു ഗ്രെക്കോ.* അസീസിയിലെ ഫ്രാൻസിസ് എന്ന വിശുദ്ധനെ ആഴത്തിൽ തിരിച്ചറിഞ്ഞ് അദ്ദേഹത്തോടൊപ്പം നടത്തുന്ന ഒരു അനുയാത്രയാണ് *സെയിന്റ് ഫ്രാൻസിസ്* എന്ന നോവൽ. ആ വിശുദ്ധന്റെ നിറസാന്നിദ്ധ്യം വെളിച്ചം വിതറുന്ന ആ പുസ്തകത്തിന്റെ ആമുഖത്തിൽ അദ്ദേഹം പറഞ്ഞു.

'സത്യത്തേക്കാൾ സത്യമായ ഈ ഇതിഹാസം രചിക്കുമ്പോൾ മഹാനായ രക്തസാക്ഷിയും നായകനുമായ വിശുദ്ധ ഫ്രാൻസിസിനോടുള്ള സ്നേഹത്താലും ആദരവിനാലും ആരാധനയാലും എന്റെ കണ്ണുനീർത്തുള്ളികൾ പുസ്തകത്തിന്റെ കൈയെഴുത്തുപ്രതിയെ ഈറനണിയിച്ചു.'

അദ്ദേഹം രചിച്ച മറ്റു നോവലുകൾ *സോർബ ദി ഗ്രീക്ക്, ഫ്രീഡം ഓർ ഡെത്ത്, ദി റോക്ക് ഗാർഡൻ, തോഡറാബ, ദി ഫ്രാറ്റ്രിസൈഡ്സ് എന്നിവയാണ്. കൂടാതെ ദി ഒഡിസ്സി* (കാവ്യം), *ക്രൈസ്റ്റ്, ബുദ്ധ* (പദ്യനാടകങ്ങൾ) *ദി സേവിയേഴ്സ് ഓഫ് ഗോഡ് സ്പിരിചൽ എക്സർസൈസർ* (തത്ത്വചിന്ത), *സ്പെയിൻ, ജപ്പാൻ, ചൈന, ജേർണി ടു ദി മോറിയ, ഇംഗ്ലണ്ട്, റഷ്യ* (യാത്രാനുഭവങ്ങൾ) *ഡിവൈൻ കോമഡി* (പരിഭാഷ) തുടങ്ങിയ കൃതികളും രചിക്കുകയുണ്ടായി.

1957 ൽ ചൈനീസ് ഗവൺമെന്റിന്റെ ക്ഷണപ്രകാരം ചൈനാസന്ദർശനം നടത്തിയ അദ്ദേഹം അവിടെ വച്ച് രോഗബാധിതനാവുകയും 1957 ഒക്ടോബർ 26 ന് തന്റെ 74-ാം വയസ്സിൽ ഭൂമിയിലെ വാസം അവസാനിപ്പിക്കുകയും ചെയ്തു. മരണത്തിൽപ്പോലും അദ്ദേഹത്തോടു ദയവു കാട്ടാതിരുന്ന ഗ്രീക്ക് ഓർത്തഡോക്സ് സഭ, ഏഥൻസിൽ ആ ഭൗതികശരീരം അടക്കം ചെയ്യാൻ അനുമതി നല്കാത്തതിനാൽ ജന്മനാടായ ക്രീറ്റിൽ കൊണ്ടുപോയി അവിടെ സംസ്കരിക്കുകയാണുണ്ടായത്. തന്റെ ശവകുടീരത്തിൽ, അദ്ദേഹത്തിന്റെ ജീവിതദർശനം ഈ വിധം രേഖപ്പെടുത്തിയിട്ടുണ്ട്. "ഞാൻ ഒന്നിനേയും പ്രതീക്ഷിച്ചില്ല; ഒന്നിനേയും ഭയപ്പെട്ടുമില്ല, ഞാൻ സ്വതന്ത്രനാണ്."

പൗലോ കൊയ്‌ലോ

ഐഹിക ജീവിതത്തിൽ ഈശ്വരാനുഭവത്തിന്റെ ജ്വാല പടർത്തിയ പ്രതിഭാശാലി

ഒറ്റകൃതികൊണ്ട് പ്രശസ്തിയുടെ ഉച്ചകോടിയിലെത്തുക, 160 രാജ്യങ്ങളിലായി പുസ്തകത്തിന്റെ പതിനഞ്ചുകോടിയോളം കോപ്പികൾ വിറ്റഴിക്കപ്പെടുക; ഏറ്റവും കൂടുതൽ വിവർത്തനം ചെയ്യപ്പെട്ട ഗ്രന്ഥത്തിന്റെ കർത്താവെന്ന നിലയ്ക്ക് ഗിന്നസ് ബുക്കിൽ ഇടം നേടുക ഇവയൊക്കെ പൗലോ കൊയ്‌ലോ എന്ന മാന്ത്രിക പ്രതിഭയ്ക്കു മാത്രം കൈവന്ന സൗഭാഗ്യങ്ങളാണ്. അനശ്വരനായ ഈ പ്രതിഭാശാലിയുടെ രചനാലോകം തീർത്ഥാടനം പോലെ വിശുദ്ധവും, ജീവിതത്തിന്റെ ഗതി നിർണ്ണയിക്കുന്ന ഘടകങ്ങളിലേക്കുള്ള അന്വേഷണവുമായിരുന്നു. ബ്രസീലിയൻ എഴുത്തുകാരനായ പൗലോ കൊയ്‌ലോ 1947 ആഗസ്ത് 24 ന് റിയോ ഡി ജനീറോയിലാണ് ജനിച്ചത്.

ചെറുപ്പത്തിലേ മനസ്സുകൊണ്ടു ഏകാന്ത സഞ്ചാരം നടത്താനിഷ്ടപ്പെട്ടിരുന്ന ഈ യുവാവ് എഴുത്തുകാരനാകാനാഗ്രഹിച്ചു. 17-ാം വയസ്സിൽ മാനസികാസ്വാസ്ഥ്യം പ്രകടമാക്കിയ ഈ ഒറ്റയാനെ ചികിത്സിക്കാൻ വീട്ടുകാർ ശ്രമിച്ചെങ്കിലും അദ്ദേഹമതിനു വഴിപ്പെട്ടില്ല. തുടർന്ന് നിയമപാഠശാലയിൽ ചേർന്ന് പഠനം നടത്തി; ഒരു വർഷത്തിനുശേഷം പഠനം ഉപേക്ഷിച്ചു. 'ഹിപ്പിസത്തിൽ' ആകൃഷ്ടനായി ആഫ്രിക്ക, മെക്സിക്കോ, യൂറോപ്പ് എന്നീ രാജ്യങ്ങളിൽ സഞ്ചരിച്ച ശേഷം മടങ്ങിയെത്തിയ പൗലോ

കൊയ്‌ലോ ഗാനരചനാരംഗത്ത് ശ്രദ്ധ പതിപ്പിച്ചു.

നാടകകൃത്ത്, നാടക സംവിധായകൻ, പോപ്പ് ഗായകസംഘങ്ങൾക്കു വേണ്ടിയുള്ള പാട്ടെഴുത്തുകാരൻ, പത്രപ്രവർത്തകൻ തുടങ്ങിയ നിലകളിൽ രചനാലോകത്ത് സജീവമായ ഈ പ്രതിഭാശാലിയെ ലോകം അറിയുന്നത് *ദ ആൽക്കെമിസ്റ്റ്* എന്ന തന്റെ ലോകോത്തര കൃതിയുടെ പിറവിക്കുശേഷമാണ്.

1986 ൽ പെട്രാസ് എന്ന ഗുരുവുമൊത്ത് ഫ്രാൻസിലെ സെന്റ് ജീൻ വൈഡ് ഡീ പോർട്ടിൽനിന്ന് സ്പെയിനിലെ സാന്റിയാഗോയിലേക്കു നടത്തിയ തീർത്ഥാടനം, 700 കിലോമീറ്റർ നീണ്ട ആ യാത്ര, കണക്കില്ലാത്ത വൈകാരികാനുഭവങ്ങളാണ് ആ പ്രതിഭാശാലിക്കു സമ്മാനിച്ചത്.

ഈ യാത്രയിൽ സ്പെയിനിൽ സാന്റിയാഗോയിലെ അതിപ്രശസ്തമായ ഒരു തീർത്ഥാടനകേന്ദ്രത്തിൽ വച്ചുണ്ടായ അഭൗമമായ ഒരു അനുഭവത്തിന്റെ പ്രചോദനത്തിലാണത്രെ ഈ എഴുത്തുകാരന്റെ ആദ്യകൃതിയായ *ദ പിൽഗ്രിമേജ്* എന്ന ഗ്രന്ഥത്തിന്റെ പിറവി. ഉദാത്തമായ സാഹിത്യരചനയുടെ വഴികളിൽ അഭൗമവും വിശുദ്ധവുമായ ഒരു കരം തൂലികയെ നിയന്ത്രിക്കാനുണ്ടാകും. അതുതന്നെയാണ് പൗലോ കൊയ്‌ലോ എന്ന ദാർശനികപ്രതിഭയുടെ സാഹിത്യ ജീവിതത്തിൽ സംഭവിച്ചതും.

ജീവിതഭാഗധേയം നിർണ്ണയിക്കുന്ന മനസ്സിന്റെ വഴികൾ, ഉന്മാദത്തിന്റെ അത്യപൂർവ്വമായ അനുഭൂതികൾ, സാമൂഹ്യനിയമങ്ങൾ ജീവിതത്തിൽ ചെലുത്തുന്ന സ്വാധീനം, ഇവയുടെ മേലുള്ള അന്വേഷണത്തോടൊപ്പം ശാന്തി തേടിയുള്ള തീർത്ഥാടനം കൂടിയായിരുന്നു ഈ പ്രതിഭാശാലി നടത്തിയത്. ഈ അന്വേഷണത്തിൽ പൗലോ കൊയ്‌ലോ എന്ന എഴുത്തുകാരന്റെ ഭാഗ്യതാരകം പിറന്നത് *ദ ആൽക്കെമിസ്റ്റ്* എന്ന നോവലിന്റെ പിറവിക്കുശേഷമാണ്.

സാന്റിയാഗോ എന്ന ഇടയബാലന്റെ യാത്രയുടെ കഥയാണ് *ദ ആൽക്കെമിസ്റ്റ്* ഇടയബാലനുണ്ടായ സ്വപ്നദർശനത്തിൽ ഒരു കുഞ്ഞ് അവന്റെ കൈപിടിച്ച് ഈജിപ്തിലെ പിരമിഡുകളുടെ അരികിലേക്കു കൊണ്ടുപോയി അവിടെയുള്ള നിധി കാട്ടിക്കൊടുക്കുന്നു. ആ യാത്രയുടെ കഥയാണ് *ദ ആൽക്കെമിസ്റ്റ്*!

പല വിതാനങ്ങളിൽ അർത്ഥം ഒളിപ്പിച്ചുവയ്ക്കുമ്പോഴും ഏറ്റവും ഹൃദ്യവും ലാളിത്യം തുളുമ്പുന്നതുമായ മാന്ത്രികാഖ്യാനം ഈ കൃതിയെ ഏവർക്കും പ്രിയങ്കരമാക്കുന്നു. മഹത്തായ രചനകൾ വായനക്കാരുടെ ഹൃദയത്തിൽ ഉന്മാദത്തിന്റെ ആന്ദോളനങ്ങൾ തീർക്കാറുണ്ട്. *ആൽക്കെമിസ്റ്റിന്റെ* വിധിയും ഇതുതന്നെയായിരുന്നു. സ്വകാര്യവും ഐതിഹാസികവുമായ ഒരു സ്വപ്നം ജീവിതയാത്രയിൽ മനുഷ്യനെ സ്വാധീനിക്കുന്നുണ്ടെന്നും ചെറുപ്പത്തിൽ തന്നെ ആ വിളിയെ ധീരമായി ഏറ്റെടുക്കുകയാണ് സ്വപ്നസാക്ഷാൽക്കാരത്തിലേക്കുള്ള മാർഗ്ഗമെന്നും *ആൽക്കെമിസ്റ്റ്* എന്ന കൃതി നമുക്കു കാട്ടിത്തരുന്നു. പ്രകൃതിയിലെ ജീവനുള്ളവയും ഇല്ലാത്തവയുമായ എല്ലാറ്റിനും ഇവിടെ മൗലികമായ സത്തയു

സ്വപ്നവുമുണ്ടെന്ന ദിവ്യമായ വെളിപാട് *ആൽക്കെമിസ്റ്റ്* എന്ന കൃതിയുടെ ജീവസ്പന്ദനമായി രചനയെ ജീവസുറ്റതാക്കുന്നു.

ഓരോ കൃതിക്കും വേറിട്ടൊരു വായനാസമൂഹത്തെ സൃഷ്ടിക്കാൻ പോന്ന മാന്ത്രികമായ രചനാതന്ത്രമാണ് പൗലോ കൊയ്‌ലോയുടേത്. 1987 ലാണ് അദ്ദേഹത്തിന്റെ *തീർത്ഥാടനം* എന്ന ആദ്യകൃതി പ്രസിദ്ധീകരിക്കപ്പെട്ടത്. തുടർന്ന് 1988 ൽ *ദ ആൽക്കെമിസ്റ്റ്* എന്ന ലോകോത്തര കൃതി പിറവിയെടുത്തു.

പൗലോ കൊയ്‌ലോയുടെ മറ്റു പ്രധാന കൃതികൾ *ബ്രിഡ, വാൽകൈറീസ്, പീദ്ര നദീതീരത്തിരുന്നു ഞാൻ തേങ്ങി, വെറോനിക്ക മരിക്കാൻ തീരുമാനിക്കുന്നു, ഇലവൻ മിനിട്ട്സ്, സഹീർ, പോർട്ടോ ബോല്ലോയിലെ മന്ത്രവാദിനി, വിജയി ഏകനാണ്, അലൈഫ്, മാനുസ്ക്രിപ്റ്റ് ഫൗണ്ട് ഇൻ ഏഷ്യ, ദ ഡെവിൾ ആന്റ് മിസ് പ്രിം, ലവ് ലെറ്റേഴ്സ് ഫ്രം എ പ്രോഫറ്റ്, ദ സുപ്രീം ഗിഫ്റ്റ്, ഓഫ് ദ വാരിയർ ഓഫ് ദ ലൈറ്റ്, ദ ഗിഫ്റ്റ്, ദ ഫിഫ്ത്ത് മൗണ്ടൻ* എന്നിവയാണ്.

ഇവയിൽ *ദ ആൽക്കെമിസ്റ്റ്* എന്ന ഗ്രന്ഥത്തിന്റെ രചയിതാവെന്ന നിലയ്ക്കാണ് ലോകം ഈ അപൂർവ്വ പ്രതിഭയെ കൊണ്ടാടുന്നത്. അതിവേഗം പുതിയ പതിപ്പുകൾക്കു വഴി ഒരുക്കിക്കൊണ്ട് മലയാളികളായ വായനക്കാരും ഈ നോവലിന്റെ വായനയെ ആഘോഷമാക്കിയിരിക്കുന്നു.

എല്ലാക്കാലത്തുമുള്ള എല്ലാ വായനക്കാർക്കുമായി തന്റെ പുതിയ രചനകളുമായി പൗലോ കൊയ്‌ലോ എന്ന സാഹിത്യ തീർത്ഥാടകൻ തന്റെ യാത്ര തുടർന്നുകൊണ്ടിരിക്കുന്നു.

പാബ്ലോ നെരൂദ

ഇരുപതാം നൂറ്റാണ്ടിലെ ഏറ്റവും മഹാനായ കാവ്യപ്രതിഭ

പൊട്ടിവിടരുന്ന ഭാവനയും ജീവിതത്തോടുള്ള അടങ്ങാത്ത സ്നേഹവുംകൊണ്ട് മനുഷ്യരാശിയുടെ മുഴുവനും കവിയായി മാറിയ പാബ്ലോ നെരൂദ 1904 ജൂലൈ 12 ന് ചിലിയിലെ പരാൾ ഗ്രാമത്തിൽ ജനിച്ചു. യഥാർത്ഥ പേര് നെഫ്ത്തലി റിക്കാഡോ റെയെസ് ബസ്വാൽടോ എന്നായിരുന്നു. പിതാവ് ജോസ് ഡെൽ കാൾമെൻ തീവണ്ടിയിലെ എഞ്ചിൻ ഡ്രൈവറായിരുന്നു. നെരൂദയുടെ ബാല്യത്തിൽത്തന്നെ മാതാവ് ഡോണ റോസബാസൊയാർട്ടോ മരണപ്പെട്ടിരുന്നു. രഹസ്യമായി കവിതകൾ കുത്തിക്കുറിച്ചിരുന്ന ആ മാതാവിൽനിന്നും ലഭിച്ചതാവാം ബാലനും കവിതയോടുള്ള കമ്പം. സ്നേഹവും നന്മയും സുരക്ഷിതത്വബോധവും പകർന്ന രണ്ടാനമ്മയുടെ സാന്നിദ്ധ്യം നെരൂദയുടെ ബാല്യം സമ്പന്നമാക്കി.

1910 ലാണ് ടെമുക്കയിലെ സ്കൂളിൽ ആ ബാലൻ വിദ്യാരംഭം കുറിച്ചത്. സ്കൂൾ ജീവിതകാലത്തുതന്നെ വായനയുടെ ലോകത്ത് താണിറങ്ങിയ നെരൂദ, ലിയോ ടോൾസ്റ്റോയി, ദസ്തേയ്വസ്കി, ആന്റൺ ചെക്കോവ് തുടങ്ങിയ എഴുത്തുകാരുടെ കൃതികൾ അടുത്തറിഞ്ഞു.

പത്തുവയസ്സു മുതൽ കവിതയെഴുത്താരംഭിച്ച ആ ബാലൻ തന്റെ

കവിതകൾ കർക്കശക്കാരനായ പിതാവിൽനിന്നും മറച്ചുവയ്ക്കാനായി 'പാബ്ലോ നെരൂദ' എന്ന തൂലികാനാമം സ്വീകരിക്കുകയായിരുന്നു. 16–ാം വയസ്സിൽ പ്രഥമ കവിതാസമാഹാരം പ്രസിദ്ധീകരിച്ചു. നെരൂദയ്ക്കു പ്രായപൂർത്തി എത്തുംമുമ്പെ ഒരു തീവണ്ടിയപകടത്തിൽ പിതാവു മരണമടഞ്ഞു.

വിദ്യാഭ്യാസം പൂർത്തിയാക്കി ചിലി സർവ്വകലാശാലയിൽനിന്നും ബിരുദം നേടിയ ആ യുവാവ് തുടർന്ന് മ്യാൻമറിലെ ചിലിയുടെ കോൺസലായി ജോലി സ്വീകരിച്ചു. ഇരുപതാം വയസ്സിൽ *20 പ്രേമ കവിതകളും ഒരു നിരാശാഗീതവും* എന്ന കവിതാസമാഹാരം പ്രസിദ്ധീകരിച്ചു. വളരെ പെട്ടെന്ന് പ്രചാരം നേടിയ ഈ കൃതി ബെസ്റ്റ് സെല്ലറുകളുടെ പട്ടികയിലിടം നേടി.

തുടർന്ന് വിവിധ ഏഷ്യൻ രാജ്യങ്ങളിൽ ചിലിയുടെ നയതന്ത്രപ്രതിനിധിയായി ജോലി നോക്കാൻ അവസരം ലഭിച്ചത് നീണ്ട യാത്രകൾ നടത്തുന്നതിനും അതുവഴി അതാതു ദേശങ്ങളിലെ ജനജീവിതം അടുത്തറിയുന്നതിനും കവിയെ സഹായിച്ചു.

ബർമ്മ, ചൈന, ജപ്പാൻ, ബ്യൂണോസ് അയേഴ്സ് തുടങ്ങി വിവിധ സ്ഥലങ്ങളിൽ ജോലി നോക്കിയ അദ്ദേഹം വീട്ടിൽനിന്നും അകലങ്ങളിൽ ചെലവഴിച്ച ആ ഏകാന്തജീവിതത്തിനിടെ *ഭൂമിയിലെ വാസം* എന്ന സർറിയലിസ്റ്റ് കവിതാസമാഹാരത്തിനു രൂപം നല്കി.

1933 ൽ പ്രശസ്ത സ്പാനിഷ് കവിയായ ഫെഡറിക്കോ ഗർസിയ ലോർക്കയെ പരിചയപ്പെടുകയും മറ്റു ചില സ്പാനിഷ് കവികളുമായി ബന്ധം സ്ഥാപിക്കുകയും ചെയ്തത് നെരൂദയുടെ കാവ്യജീവിതത്തെ കൂടുതൽ ശ്രദ്ധേയമാക്കി. സുഹൃത്തുക്കളുമായിച്ചേർന്ന് *പച്ചക്കുതിര* എന്ന കാവ്യമാസിക പ്രസിദ്ധീകരിക്കാനും ഇക്കാലത്ത് നെരൂദ സമയം കണ്ടെത്തി.

ഉള്ളിൽനിന്നു കലഹിച്ചു പുറപ്പെടുന്ന ഒരു ചിന്ത, ഒരു ഭാവം, പൂവ് വിടരുംപോലെ ഇതൾ പൊട്ടിവിടരുന്ന ഭാവന ഇവയൊക്കെ തന്റെ കവിതയ്ക്കു നിമിത്തമാക്കിയ ആ പ്രതിഭാശാലി കവിതയോടൊപ്പം പ്രണയത്തിനും ജീവിതത്തിൽ ഗണ്യമായ സ്ഥാനം നല്കാൻ മറന്നില്ല. പല നിറക്കാരായ സുന്ദരിമാരുടെ ഉന്മാദസുഗന്ധവും വിശുദ്ധ സ്പർശവും ആ കാവ്യജീവിതത്തെ പുഷ്കലമാക്കി. ആ നാളുകളിൽ ജോസി ബ്ലിസ് എന്ന ബർമ്മൻ യുവതിയുമായുണ്ടായ പ്രണയം ജീവിതാവസാനംവരെ കവി ഉള്ളിന്റെയുള്ളിൽ മധുരതരമായി സൂക്ഷിച്ചിരുന്നു. തന്റെ കവിതകളിൽ സ്വാധീനം ചെലുത്തിയ ആ യുവതിയെ നെരൂദ പല കവിതകളിലും പരാമർശിച്ചിട്ടുണ്ട്. തുടർന്ന് നെരൂദയുടെ ജീവിതത്തിലേക്കു കടന്നുവരികയും ആജീവനാന്തം ജീവിതസഖിയായി കവിയോടൊത്ത് ജീവിതം പങ്കിടുകയും ചെയ്ത യുവതിയാണ് മെറ്റിൽഡ ഉറൂഷ്യ. തന്റെ കാവ്യജീവിതത്തിലും പിന്നെ സ്വകാര്യ നിമിഷങ്ങളിൽപ്പോലും ആത്മസുഹൃത്തും വഴികാട്ടിയുമായിരുന്ന ഈ യുവതി നെരൂദയുടെ കാവ്യ

ജീവിതം സമ്പന്നമാക്കാൻ വളരെ സഹായിച്ചു. നൂറിലേറെ പ്രണയ കവിതകളാണ് നെരൂദ തന്റെ പ്രണയിനിക്കായി എഴുതിയത്.

പ്രകൃതിയോട് അടങ്ങാത്ത അഭിനിവേശം കാത്തുസൂക്ഷിച്ചിരുന്ന കവി കടൽത്തീരത്തിലൂടെയും മലഞ്ചെരുവിലൂടെയും സഞ്ചരിക്കുകയും അവിടങ്ങളിൽനിന്നും ശേഖരിച്ച കടൽകക്കകൾ, ചിപ്പികൾ, നിറമുള്ള കല്ലുകൾ, മരച്ചില്ലകൾ എന്നിവകൊണ്ട് തന്റെ സ്വീകരണമുറിയെ അലങ്കരിക്കുകയും ചെയ്തിരുന്നു.

ദീർഘയാത്രകൾക്കും പ്രവാസജീവിതത്തിനും ശേഷം സ്പെയിനിൽ തിരിച്ചെത്തിയ കവി ആഭ്യന്തര കലഹങ്ങളിൽ തകർന്നടിഞ്ഞ സ്പാനിഷ് തെരുവുകളിലേക്കിറങ്ങി. അവിടത്തെ പീഡിതരായ ജനതയെ കണ്ടറിഞ്ഞ് അവർക്കുവേണ്ടിയുള്ള സാമൂഹ്യസേവന പ്രവർത്തനങ്ങളിൽ പങ്കാളിയായി. ക്രമേണ തന്റെ കാവ്യജീവിതത്തിൽ ശക്തമായ രാഷ്ട്രീയ സ്വാധീനം കടന്നുവരികയായിരുന്നു. ജീവന്റെ ചേതനയിൽനിന്നാണ് കവിതകൾക്കു ജീവൻ പകരേണ്ടത് എന്ന് കവി തിരിച്ചറിഞ്ഞു.

അടിയുറച്ച രാഷ്ട്രീയബോധവും ശക്തമായ കാവ്യഭാവനയും ജ്വലിച്ചുനിന്ന ആ നാളുകളിൽ, ഭാവന മിന്നൽപ്പിണർപോലെയും മുന്നിൽ തിമിർത്തു കുതിക്കുന്ന തിരമാലപോലെയുമാണെന്ന് കണ്ടെത്തിയ ആ പ്രതിഭാശാലി യുവജനങ്ങളോട് തന്റെ മനസ്സു തുറന്നു.

"വിയർപ്പിലും അപ്പത്തിലും വീഞ്ഞിലും മാത്രമല്ല, മാനവികതയുടെ സമസ്ത സ്വപ്നങ്ങളിലും കവികൾ പങ്കാളികളാകണം. സാധാരണക്കാരെ അറിയുക, അവരെ ഹൃദയങ്ങളിൽ സ്വീകരിക്കുക അതിലൂടെ മാത്രമേ കവിതയ്ക്കു ഓരോ കാലഘട്ടത്തിലും നഷ്ടപ്പെട്ടുകൊണ്ടിരിക്കുന്ന അനന്യമായ ശക്തിവിശേഷം വീണ്ടെടുക്കാൻ കഴിയൂ" കവി യുവാക്കളോടു പറഞ്ഞു.

ജനകീയപ്രശ്നങ്ങളിൽ സജീവമായി ഇടപെട്ട നെരൂദ ഖനിത്തൊഴിലാളികളുടെ അഭ്യർത്ഥന മാനിച്ച് ചിലിയിലെ സെനറ്ററായി മത്സരിച്ചു വിജയം വരിക്കുകയുണ്ടായി. എന്നാൽ സജീവ രാഷ്ട്രീയത്തിലേക്കുള്ള കവിയുടെ കടന്നുവരവ് പഴയ തലമുറയിൽപ്പെട്ട യഥാസ്ഥിതികരായ സെനറ്റർമാർക്ക് സഹിക്കാവുന്നതിനുമപ്പുറമായിരുന്നു. അവരുടെ പ്രേരണയാൽ രാജ്യദ്രോഹക്കുറ്റം ചുമത്തി നെരൂദയെ രഹസ്യപ്പൊലീസ് വേട്ടയാടാൻ തുടങ്ങി.

1948 ൽ ചിലിയിൽ ഭരണമേറ്റ വലതുപക്ഷ ചിന്താഗതിക്കാരനായ ഗോൺഥാലെഥ് മിഡെലയെ നെരൂദ കഠിനമായി അധിക്ഷേപിച്ചതും എതിർപ്പിന് ആക്കം കൂട്ടി. അറസ്റ്റിനെ ഭയന്ന് പലയിടങ്ങളിലായി അജ്ഞാതവാസം നയിച്ച ആ കാലയളവിലാണ് തന്റെ ഏറ്റവും പ്രധാന കൃതിയായ *കാന്റോ ജനറൽ* എന്ന കാവ്യസമാഹാരത്തിന് നെരൂദ ജന്മം നല്കിയത്. നൂറുകണക്കിനു കവിതകളിലായി പതിനഞ്ചു ഭാഗങ്ങളിലൂടെ ഭൂമിയിലെ എല്ലാത്തിനെയും അധികരിച്ച് രചിക്കപ്പെട്ട ഈ മഹാകാവ്യത്തിലൂടെ കവി സ്ഥൂലത്തിൽനിന്നും സൂക്ഷ്മത്തിലേക്കും സങ്കീർണ്ണതയിൽനിന്നും ലാളിത്യത്തിലേക്കും വഴിമാറുകയായിരുന്നു. പ്രകൃതിയുടെ

ചരിത്രവും അദ്ധ്വാനത്തിന്റെ മഹത്ത്വവും വിളിച്ചോതുന്ന ഈ കാവ്യം മനുഷ്യേതിഹാസത്തിന്റെ നേർക്കാഴ്ചയായി ജനമനസ്സുകളിൽ ഇടം നേടി. 1950 ലാണ് *കാന്റോ ജനറൽ* പ്രസിദ്ധീകരിക്കപ്പെട്ടത്.

1954–57 കാലഘട്ടത്തിൽ രചിച്ച *ഓഡ്‌സ് എലിമെന്റലിസ്* എന്ന കവിതാസമാഹാരത്തിൽ, അവഗണിക്കപ്പെടുന്ന മനുഷ്യവർഗ്ഗത്തെയും സാധാരണ വസ്തുക്കളെയും പ്രകീർത്തിക്കുന്ന നൂറിലേറെ കവിതകൾ ഉൾപ്പെടുന്നു. 1958 ൽ ശരത്ക്കാല സത്യവാങ്മൂലവും 1959 ൽ നൂറു പ്രണയഗീതങ്ങളും പ്രകാശിതമായി. തുടർന്നും കവി അനർഗ്ഗളമായി എഴുതിക്കൊണ്ടിരുന്നു. *ജൊവാകിൻ മുറിയേറ്റായുടെ ചരമവും പരമപദപ്രാപ്തിയും* (കാവ്യ നാടകം 1967), *ലാ എസ്പ ദാദാ എൻ സെൻഡിഡാ* (ഇതിഹാസകാവ്യം 1970), *നാലു ഫ്രഞ്ചുകവിതകൾ* (കവിതാസമാഹാരം 1972), *നിഷ്ഫല ഭൂമിശാസ്ത്രം* (കവിതാ സമാഹാരം 1972), *നിക്സൻ വധത്തിനു പ്രേരണയും ചിലിയൻ വിപ്ലവത്തിനു സ്തുതിയും* (ദീർഘകാവ്യം 1973) എന്നിവയാണ് തുടർന്നു പ്രസിദ്ധീകരിച്ച കൃതികൾ.

1971 ലാണ് സാഹിത്യത്തിനുള്ള നോബൽ പുരസ്കാരം കവിയെത്തേടി എത്തിയത്. ഇതിനോടകം തന്നെ ലെനിൻ സമാധാന സമ്മാനം, അന്താരാഷ്ട്ര സമാധാന സമ്മാനം, ഓക്സ് ഫോർഡ് സർവ്വകലാശാലയുടെ ഓണററി ഡീലിറ്റ് ബിരുദം എന്നിവ നെരൂദയ്ക്കു ലഭിച്ചിരുന്നു.

ചിലയിലെ സൽവദോർ അലൻഡെ ഭരണകൂടത്തെ അട്ടിമറിച്ച് പട്ടാളമേധാവിയായി ജനറൽ പിനോഷ അധികാരത്തിലേറിയത്, ക്യാൻസർ രോഗിയായി രോഗശയ്യയിലായിരുന്ന നെരൂദക്കേറ്റ ഏറ്റവും വലിയ ആഘാതമായിരുന്നു. മണ്ണിനെയും മനുഷ്യനെയും തൊട്ടറിഞ്ഞ ആ ഇതിഹാസകാരൻ 1973 സെപ്തംബർ 23 ന് ഈ ലോകത്തോടു യാത്രപറഞ്ഞു. സർക്കാരിന്റെ പ്രതിഷേധത്തെ അവഗണിച്ചുകൊണ്ട് തങ്ങളുടെ പ്രിയകവിയുടെ അന്ത്യയാത്രയിൽ പതിനായിരങ്ങൾ പങ്കുചേർന്നു. മാനവസ്വാതന്ത്ര്യത്തിനായി നിരന്തരം പോരാടിയ ലോകജനതയുടെ സ്വന്തം കവി, മാനവികതയുടെ പാട്ടുകാരൻ അങ്ങനെ അനശ്വരനായി.

ഹുവാൻ റൂൾഫോ

കുറച്ചെഴുതി ഏറെ ശ്രദ്ധിക്കപ്പെട്ട മഹാ പ്രതിഭ

താനെഴുതിയ *പെഡ്രോ പരാമോ* എന്ന ഒറ്റ നോവൽ കൊണ്ടുതന്നെ ലോകം മുഴുവൻ അറിയപ്പെട്ട അപൂർവ്വ പ്രതിഭാസമാണ് ഹുവാൻ റൂൾഫോ. ഓരോ പതിപ്പുകളും ലക്ഷക്കണക്കിനു കോപ്പികൾ വിറ്റഴിക്കപ്പെട്ട ഈ അസാധാരണ കൃതിയെപ്പറ്റിയും, ഗ്രന്ഥകാരനെപ്പറ്റിയുമുണ്ടായിട്ടുള്ള പഠനങ്ങൾ റൂൾഫോവിന്റെ മൊത്തം രചനകളേക്കാൾ എത്രെയെങ്കിലുമിരട്ടി വരും.

1918 മെയ് 16 ന് ദക്ഷിണ മെക്സിക്കോവിലെ സലൂലാ എന്ന ഗ്രാമത്തിൽ ഹൂവാൻ റൂൾഫോ ജനിച്ചു. ആ ബാലന്റെ മാതാപിതാക്കൾ ഭൂവുടമകളായിരുന്നെങ്കിലും ഏറ്റവും പ്രതികൂല സാഹചര്യങ്ങളിലാണ് അവർ കഴിഞ്ഞിരുന്നത്. തന്റെ ബാല്യകാലത്ത് നാട്ടിൽ അരങ്ങേറിയ കലാപങ്ങളും രക്തച്ചൊരിച്ചിലും റൂൾഫോവിന്റെ കുരുന്നു മനസ്സിനെയും വല്ലാതെ സ്വാധീനിക്കുകയുണ്ടായി.

മെക്സിക്കൻ സർക്കാരിന്റെ കത്തോലിക്കാ സഭാവിരുദ്ധ നടപടികൾക്കെതിരെ സംഘടിപ്പിക്കപ്പെട്ട സായുധവിപ്ലവസംഘത്തിന്റെ നേതൃനിരയിലുണ്ടായിരുന്ന റൂൾഫോവിന്റെ പിതാവിന് കത്തോലിക്കാ ബിഷപ്പുമാരെ തെരഞ്ഞെടുക്കാനുള്ള അധികാരം പോലും നല്കപ്പെട്ടിരുന്നു. പുതിയ ബിഷപ്പിനെ അവരോധിക്കാനുള്ള പ്രവർത്തനങ്ങളിൽ ഏർപ്പെ

ട്ടിരിക്കുമ്പോഴാണ് ഒരു സായുധ സംഘത്തിന്റെ ആക്രമണത്തിൽപ്പെട്ട് റൂൾഫോവിന്റെ പിതാവു മരണമടഞ്ഞത്. അപ്പോൾ റൂൾഫോക്കു ആറു വയസ്സായിരുന്നു പ്രായം. നാലുവർഷം കഴിഞ്ഞ് ആ ബാലന്റെ അമ്മയും മരണത്തിനു കീഴടങ്ങി. മുത്തച്ഛൻ, അച്ഛന്റെ രണ്ടു സഹോദരന്മാർ എന്നിവർ വിപ്ലവകാരികളാൽ കൊല്ലപ്പെടുകയും, ഇളയച്ഛൻ കപ്പലപകടത്തിൽ മരിക്കുകയും ചെയ്തതും റൂൾഫോവിന്റെ ബാല്യത്തിൽ തന്നെ. താൻ ജനിച്ചുവളർന്ന നരകസമാനമായ അന്തരീക്ഷം, മരണം മാത്രം കണ്ടുവളർന്ന ബാല്യം ഇവയൊക്കെ പിന്നീട് റൂൾഫോയുടെ സാഹിത്യരചനകളിലും സ്വാധീനം ചെലുത്തുകയുണ്ടായി.

അയൽപക്കത്തു താമസിച്ചിരുന്ന ഹുവാൻ ഹോസേ എന്ന സാഹിത്യകാരനുമായുണ്ടായ സഹവാസം റൂൾഫോയുടെ സാഹിത്യജീവിതത്തെയും കാര്യമായി സ്വാധീനിച്ചു. അദ്ദേഹത്തിന്റെ പക്കലുണ്ടായിരുന്ന ലോകോത്തര സാഹിത്യകൃതികൾ വായിക്കാനുള്ള ഭാഗ്യം റൂൾഫോക്കു ചെറുപ്പത്തിലേ ലഭിച്ചു. തുടർന്നു ഗ്വാദലഹാരാ സർവ്വകലാശാലയിൽ വിദ്യാർത്ഥിയായിരിക്കുമ്പോൾ ആ യുവാവ് ധാരാളം സാഹിത്യസമ്മേളനങ്ങളിൽ പങ്കെടുക്കുകയും വിശ്വസാഹിത്യകാരന്മാരുടെ മിക്ക കൃതികളും പരിചയപ്പെടുകയും ചെയ്തു.

വിദ്യാഭ്യാസത്തിനുശേഷം മെക്സിക്കോ ഗവൺമെന്റ് സെക്രട്ടറിയേറ്റിൽ ഉദ്യോഗം സ്വീകരിച്ച റൂൾഫോ, അവിടെവച്ചും തന്റെ സാഹിത്യ സൗഹൃദം വളർത്തുകയും, ആദ്യനോവലായ *സൈന്യത്തിന്റെ പുത്രൻ (എൻഹുവോ ദെൽദേ സലിയന്തോ)* രചിക്കുകയും ചെയ്തു. പ്രഥമകൃതി പരാജയമായി കലാശിച്ചെങ്കിലും അക്കാലത്തു തന്നെ അദ്ദേഹത്തിന്റെ ചില കഥകൾ *അമേരിക്ക* എന്ന മാസികയിൽ പ്രസിദ്ധീകരിക്കപ്പെടുകയുണ്ടായി. തുടർന്നു തന്റെ പ്രഥമ കഥാസമാഹാരമായ *തീപിടിച്ച താഴ്‌വര (എൻല്യാനോ എൻല്യാമസ്)* പുറത്തുവന്നു. വ്യത്യസ്തത പുലർത്തിയ, ആ സമാഹാരത്തിലെ കഥകൾ വളരെ ശ്രദ്ധിക്കപ്പെട്ടു. കഥാപാത്രങ്ങളുടെ മാനസിക ഭാവങ്ങളെ അവരുടെ പെരുമാറ്റത്തിലൂടെയും പ്രവൃത്തികളിലൂടെയും ആവിഷ്കരിക്കാനാണ് കഥാകൃത്ത് ശ്രമിച്ചത്.

രണ്ടു വർഷങ്ങൾക്കുശേഷമാണ് *പെഡ്രോ പരാമോ* എന്ന ഇതിഹാസനോവൽ റൂൾഫോ പ്രസിദ്ധീകരിച്ചത്. ഗഹനമായ ചിന്തയും, അസാധാരണ ശില്പബോധവുംകൊണ്ട് അനുവാചക മനസ്സുകളെ കീഴടക്കിയ ഈ കൃതിയുടെ രചനയ്ക്കായി നോവലിസ്റ്റ് അനന്യസാധാരണമായ തയ്യാറെടുപ്പ് നടത്തുകയുണ്ടായി. ഇതിന്റെ ഭാഗമായി മെക്സിക്കൻ തെരുവുകളിലെ, അമേരിക്കൻ ഇന്ത്യാക്കാർ പാർക്കുന്ന കോളനികളിൽ അലഞ്ഞു നടന്ന റൂൾഫോ അവിടത്തെ ജീവിതചിത്രങ്ങൾ മനസ്സിൽ വരച്ചിട്ടു. നല്ലൊരു ഫോട്ടോഗ്രാഫർ കൂടിയായിരുന്ന റൂൾഫോ അവിടങ്ങളിലെ ജീവിതത്തിന്റെ സജീവ ചിത്രങ്ങളും ക്യാമറയിൽ പകർത്താൻ സമയം കണ്ടെത്തി. കൂടാതെ വായനയിൽ കാര്യമായി മുഴുകിയ അദ്ദേഹം കിട്ടാവുന്ന നോവലുകളൊക്കെ ആ കാലയളവിൽ വായിച്ചുതീർത്തു.

പെഡ്രോ പരാമോ എന്ന കൃതി ആരംഭിക്കുന്നത്, മരിച്ചവരുടെ ഗ്രാമമായ കൊമാലയിൽ തന്റെ പിതാവായ പെഡ്രോ പരാമോവിനെ തേടി, അമ്മയുടെ നിർദ്ദേശമനുസരിച്ച്, ഹുവാൻ പ്രേസിയാദോ എന്ന യുവാവ് എത്തിച്ചേരുന്നതോടെയാണ്. മരിച്ചവരുടെ ശബ്ദങ്ങൾ മാറ്റൊലിക്കൊള്ളുന്ന ആ പ്രേതഭൂമിയിൽ, ചുട്ടുപഴുത്ത മരുഭൂമി പോലെയുള്ള ആ പാഴ്പ്രദേശത്തിൽ തികച്ചും വിചിത്രമായ അനുഭവങ്ങളാണ് ആ യുവാവിനെ തേടിയെത്തുന്നത്. മരിച്ചവരുമായുള്ള കണ്ടുമുട്ടൽ, അവരുടെ സംഭാഷണങ്ങൾ, പൊടുന്നനെ അപ്രത്യക്ഷമാകുന്ന കഥാപാത്രങ്ങൾ, ഇവ നോവലിന് അയഥാർത്ഥത്തിന്റെ ഒരു തലം നല്കുന്നു. പൂർവ്വാപര ബന്ധമില്ലാതെയും ക്രമാനുഗതമായി വികസിക്കുന്ന കഥാഖ്യാനമില്ലാതെയും ക്രമമായ അദ്ധ്യായങ്ങൾ പോലുമില്ലാതെയും സ്മരണകളിലൂടെയും സംഭാഷണങ്ങളിലൂടെയും സ്വഗതോക്തികളിലൂടെയും ചിത്രണം ചെയ്യപ്പെട്ടിരിക്കുന്ന നോവൽ ആദ്യവായനയിൽ അനുവാചകനിൽ അമ്പരപ്പുണ്ടാക്കിയേക്കാം. എന്നാൽ രണ്ടാമതൊരാവർത്തി കൂടി വായിച്ചു കഴിയുമ്പോഴാണ് ഭാവദാർഢ്യത്തോടെ, അനുവാചക മനസ്സിൽ നോവൽ ഇടംനേടുക.

കരുത്തനും ക്രൂരനുമായ ഒരു കഥാപാത്രമാണ് നോവലിൽ നായകസ്ഥാനത്തു നില്ക്കുന്ന പെഡ്രോ പരാമോ. എന്നാൽ സ്ഥലവാസികൾക്ക് അയാൾ കേവലം വെറുക്കപ്പെടേണ്ട ഒരു കഥാപാത്രമായിരുന്നില്ല. അവിടത്തെ ദരിദ്രരും അജ്ഞരുമായ ജനങ്ങളുടെ രക്ഷകനായിരുന്നു പരാമോ. അമ്മാതിരിയെങ്കിലുമുള്ള ഒരു രക്ഷകനില്ലാതെ അവർക്കവിടെ ജീവിക്കാനാവില്ലായിരുന്നു.

നോവൽ രചനയ്ക്കുവേണ്ടി നടത്തിയ തീവ്രമായ പരിശ്രമവും ഏറ്റവും സൂക്ഷ്മാശംങ്ങളിൽപ്പോലും പുലർത്തിയ നിതാന്ത ജാഗ്രതയും ഈ കൃതിയെ ഒരു കറയറ്റ കലാശില്പമാക്കിയിരിക്കുന്നു. ആവശ്യമില്ലാത്ത ഒറ്റ വാചകവും, വിവരണങ്ങളും ഈ നോവലിൽ അനുവാചകർക്കു കണ്ടെത്താനാവില്ല. അനേകം തവണ സ്വയം എഡിറ്റിങ് നടത്തി കൃതിയെ കുറ്റമറ്റതാക്കാൻ നോവലിസ്റ്റ് പ്രത്യേകം ശ്രദ്ധിച്ചിട്ടുണ്ട്.

1970 ൽ ഈ പ്രതിഭാശാലിക്കു സാഹിത്യത്തിനുള്ള നാഷണൽ അവാർഡ് ലഭിക്കുകയുണ്ടായി. തുടർന്നു കാര്യമായ സാഹിത്യസൃഷ്ടികളൊന്നും നടത്താതിരുന്ന റൂൾഫോ ചില തിരക്കഥകളെഴുതിയെങ്കിലും അവയെ സാഹിത്യസൃഷ്ടികളായി അദ്ദേഹം കണക്കാക്കുകയുണ്ടായില്ല. ശേഷിച്ച കാലം പുസ്തകവായനയും ഫോട്ടോഗ്രാഫിയുമായി കഴിഞ്ഞുകൂടാൻ ആഗ്രഹിച്ച റൂൾഫോ തന്റെ ഭാര്യയും രണ്ടു കുട്ടികളുമായി മറ്റുള്ളവരുടെ ഇടപെടലില്ലാതെ ഒതുങ്ങിക്കഴിയാനാണ് ഇഷ്ടപ്പെട്ടിരുന്നത്.

1986 ൽ ഈ മാന്ത്രിക പ്രതിഭ ഈ ലോകത്തുനിന്നു വിടവാങ്ങി.

യസുനറി കവാബത്ത

ജപ്പാനിലെ ആദ്യനോബൽ ജേതാവ്

ഒരു ചിത്രകാരനാവണമെന്ന് ആഗ്രഹിക്കുകയും ചിത്രകാരന്റെ കരവിരുതോടെ മനുഷ്യന്റെ സങ്കീർണ്ണ ഭാവങ്ങൾ സ്വന്തം കൃതികളിലൂടെ ആവിഷ്കരിക്കുകയും ചെയ്ത ജപ്പാൻ നോവലിസ്റ്റാണ് യസുനറി കവാബത്ത.

1899 ജൂൺ 11 ന് ജപ്പാനിലെ ഒസാക്ക എന്ന നഗരത്തിലാണ് കവാബത്ത ജനിച്ചത്. രണ്ടാംവയസ്സിൽ പിതാവും മൂന്നുവയസ്സുള്ളപ്പോൾ മാതാവും മരണപ്പെട്ടതിനാൽ മുത്തച്ഛന്റെയും മുത്തശ്ശിയുടെയും സംരക്ഷണയിലാണ് ഈ ബാലൻ വളർന്നത്. ആറുവർഷങ്ങൾക്കുശേഷം മുത്തശ്ശിയും, 16-ാം വയസ്സിൽ മുത്തച്ഛനും ഈ ലോകത്തോടു യാത്രപറഞ്ഞു. കടുത്ത ഏകാന്തത, തികഞ്ഞ അനാഥത്വം എന്നിവ അനുഭവിച്ചുകൊണ്ടായിരുന്നു ഈ യുവാവിന്റെ പിന്നീടുള്ള ജീവിതം.

ചിത്രകാരനാവണമെന്ന് മോഹിച്ചെങ്കിലും ജപ്പാനീസ് സാഹിത്യവുമായി ബന്ധം പുലർത്തിത്തുടങ്ങിയപ്പോൾ തന്റെ മാധ്യമം സാഹിത്യമാണെന്ന് ഈ യുവാവ് തിരിച്ചറിഞ്ഞു. ജപ്പാനിലെയും കിഴക്കൻ പ്രദേശങ്ങളിലെയും ഇതിഹാസ കൃതികളൊക്കെ കവാബത്ത ശ്രദ്ധയോടെ വായിച്ചു.

1917 ൽ സ്കൂൾ വിദ്യാഭ്യാസം പൂർത്തിയാക്കി ടോക്യോ സർവ്വക

ലാശാലയിൽ ജപ്പാനീസ് സാഹിത്യം പഠിക്കാനായി ചേർന്ന കവാബത്ത, 1924 ൽ ബിരുദം കരസ്ഥമാക്കി. തന്റെ 22-ാം വയസ്സിൽ എഴുതി പ്രസിദ്ധീകരിച്ച *പുലകുളിയടിയന്തിരത്തിൽ നിന്നൊരു രംഗം (ഷോകോൺസായ് ഇക്കേള)* ആയിരുന്നു പ്രഥമ സാഹിത്യരചന. ആനുകാലികങ്ങളിൽ രചനകൾ തുടർച്ചയായി പ്രത്യക്ഷപ്പെട്ടുതുടങ്ങിയതോടെ ജപ്പാനിലെ മുൻനിര എഴുത്തുകാരും പത്രാധിപന്മാരും കവാബത്തയെ ശ്രദ്ധിച്ചുതുടങ്ങി. തുടർന്ന് *സാഹിത്യയുഗം (ബുങ്കൈ ജീദായ്)* എന്ന മാസികയുടെ പ്രസിദ്ധീകരണത്തിൽ മുഖ്യ പങ്കുവഹിച്ചു.

26-ാം വയസ്സിൽ പ്രസിദ്ധീകരിച്ച *ഇസുവിലെ നർത്തകി (ഇസുനോ ഓദോറികോ)* എന്ന നോവൽ ഏറെ ശ്രദ്ധിക്കപ്പെട്ടു. പത്തു വർഷങ്ങൾക്കു ശേഷം *ഹിമഭൂമി (യൂക്കി ഗുനി)* എന്ന നോവൽ വെളിച്ചംകണ്ടു. അതിസൂക്ഷ്മമായ സൂചനകളിലൂടെ സ്ത്രീപുരുഷബന്ധങ്ങളിലെ അത്യപൂർവ്വ തലങ്ങളെ അഭൗമമായ തിളക്കത്തോടെ ചിത്രീകരിച്ച നോവൽ സങ്കീർണ്ണമായ തലങ്ങളിലേക്ക് വായനക്കാരെ എത്തിക്കുമെങ്കിലും അപൂർവ്വ പ്രതിഭയുടെ വർണ്ണഭംഗിയേറിയ ഒരിഴ ഈ കൃതിയെ വേറിട്ട ഒരു കലാശില്പമാക്കുന്നു.

രണ്ടാം ലോകമഹായുദ്ധം നടക്കുന്ന നാളുകളിൽ യുദ്ധത്തിലെ സർക്കാർ നിലപാടുകളോടു കൂറുപുലർത്താതിരുന്ന കവാബത്ത ജപ്പാന്റെ അധീനതയിലായിരുന്ന മഞ്ചൂറിയയിൽ സഞ്ചരിച്ചു. യുദ്ധം മനുഷ്യരാശിക്കാകെ സമ്മാനിച്ച കെടുതികൾ, തകർച്ചകൾ എന്നിവ ഈ എഴുത്തുകാരന്റെ മനസ്സിനെയും ആഴത്തിൽ സ്വാധീനിക്കുകയുണ്ടായി.

യുദ്ധാനന്തരം 1949 ലാണ് *മലയുടെ ശബ്ദം (യമാനോ ഒത്തോ)* എന്ന ശ്രദ്ധേയകൃതി പ്രസിദ്ധീകരിക്കപ്പെട്ടത്. കവാബത്തയുടെ മൗലിക പ്രതിഭയുടെ തിളക്കം ദർശിക്കാവുന്ന ഈ കൃതിയിൽ മരണത്തിലേക്കു സഞ്ചരിക്കുന്ന വാർദ്ധക്യത്തിന്റെ നടുക്കം അതിസൂക്ഷ്മതയോടെ അനാവരണം ചെയ്യുന്നു. മലയുടെ ശബ്ദത്തിലൂടെ അരിച്ചരിച്ചെത്തുന്ന മൃത്യുവിന്റെ കാലൊച്ച വായനക്കാരിലും നടുക്കം സൃഷ്ടിക്കാതെ വരില്ല. 1950 ൽ പ്രസിദ്ധീകരിക്കപ്പെട്ട *ആയിരം കൊറ്റികൾ (സെബാസുറു)* സുഘടിതമെന്നു വിശേഷിപ്പിക്കാവുന്ന, രൂപഭദ്രത തികഞ്ഞ ഒരു കൃതിയാണ് ജപ്പാൻ ആർട്ട് അക്കാഡമിയുടെ അവാർഡു നേടിയ ഈ രചന സങ്കീർണ്ണമായ ബിംബങ്ങളാൽ സമൃദ്ധമാണ്.

യസുനറി കവാബത്തയുടെ ഏറ്റവും ശ്രദ്ധേയ കൃതിയാണ് *ഉറങ്ങുന്ന സുന്ദരികൾ* (നെമുരേരു ബിജോ). ഇതിന്റെ വിവർത്തനം *സഹശയനം* എന്ന പേരിൽ മലയാളത്തിൽ പ്രസിദ്ധീകരിച്ചിട്ടുണ്ട്. അറുപത്തേഴു വയസ്സായ കിഴവൻ എഗുച്ചി ജപ്പാനിലെ അജ്ഞാതമായ ഒരിടത്തെ ഏകാന്ത സത്രത്തിൽ ഉറക്കിക്കിടത്തിയ സ്ത്രീകൾക്കു സമീപം രാത്രികൾ കഴിക്കുന്നതിനു എത്തിച്ചേരുന്നതാണ് നോവലിലെ ബാഹ്യമായ കഥാതന്തു. എന്നാൽ മരണത്തെ സമീപിക്കുന്ന വാർദ്ധക്യത്തിന്റെ വിഹ്വലതകൾ, ആസക്തികൾ എന്നിവ അപൂർവ്വസുന്ദരമായ മികവോടെ വരച്ചിടുകയാണ്

നോവലിസ്റ്റ്. നിഗൂഢതകൾ ചൂഴ്ന്നു നില്ക്കുന്ന സത്രം, അവിടെ ബോധം കെടുത്തി ഉറക്കപ്പെടുന്ന സുന്ദരികൾ, അവരോടൊപ്പം രാത്രി ചെലവഴിക്കാൻ എത്തിച്ചേരുന്ന എഗുച്ചി എന്ന വൃദ്ധൻ, ചുരുളഴിയാത്ത കടംകഥ പോലെ ഇടയ്ക്കിടെ പ്രത്യക്ഷപ്പെടുന്ന മദ്ധ്യവയസ്കയായ സത്രം സൂക്ഷിപ്പുകാരി; ഒരിക്കലും നിറവേറ്റപ്പെടാത്ത മോഹങ്ങളുടെ നേർക്കാഴ്ചകളായി ഉറങ്ങുന്ന സുന്ദരിമാർ തൊട്ടടുത്തു കിടക്കുമ്പോൾ വൃദ്ധൻ കഴിഞ്ഞ കാലങ്ങളെപ്പറ്റി, ബന്ധങ്ങളുടെ അർത്ഥശൂന്യതയെപ്പറ്റി അയവിറക്കുന്നു. ഒടുവിൽ കൂടെ ഉറക്കിക്കിടത്തിയിരുന്ന സുന്ദരികളിലൊരുവൾ ഒരിക്കലുമുണരാത്ത നിദ്രയുടെ ലോകത്തേക്കു പ്രവേശിച്ചത് ഒരു നടുക്കത്തോടെ വൃദ്ധൻ തിരിച്ചറിയുന്നു. യാതൊരു വികാരവും കൂടാതെ യുവതിയുടെ ജഡം അവിടന്നു നീക്കം ചെയ്യുകയാണ് സത്രം സൂക്ഷിപ്പുകാരി. ജഡവുമായി പോകുമ്പോൾ മദ്ധ്യവയസ്ക വൃദ്ധനോടു പറയുന്നു “പോയിക്കിടന്നുറങ്ങൂ, കൂട്ടിനു മറ്റേ പെൺകിടാവുണ്ടല്ലോ.” വളരെ ചെറിയ ഒരു ക്യാൻവാസിൽ, അടങ്ങാത്ത മോഹങ്ങളുടെ, കഠിനമായ ഏകാന്തതയുടെ, പിന്നെ മരണത്തിന്റെ ഒച്ച വായനക്കാരെ അനുഭവിപ്പിക്കുകയാണ് ഹൃദയ ദ്രവീകരണശക്തിയുള്ള ഈ ലഘു നോവലിലൂടെ കവാബത്ത ചെയ്യുന്നത്.

കവാബത്തയുടെ മറ്റു കൃതികളാണ് *ക്യോത്തോ; തടാകം (മിസുമി), വിദഗ്ദ്ധൻ (മെയ്ജിൻ)* എന്നിവ. തീരെക്കുറച്ചുമാത്രം എഴുതുകയും വളരെ ശ്രദ്ധിക്കപ്പെടുകയും ചെയ്ത എഴുത്തുകാരനാണ് കവാബത്ത. എന്നാൽ ജപ്പാനീസ് ജീവിതവും സംസ്കാരവുമായി പരിചയമില്ലാത്തവർക്ക് കവാബത്ത കൃതികൾ പൂർണ്ണമായി ആസ്വദിക്കാൻ കഴിഞ്ഞെന്നുവരില്ല.

ജപ്പാനീസ് സംസ്കാരത്തിന്റെ ധാർമ്മികവും സാത്വികവുമായ ചേതനയെ തികഞ്ഞ കലാമേന്മയോടെ ചിത്രീകരിച്ച ഈ പ്രതിഭാധനന് 1968 ലെ സാഹിത്യത്തിനുള്ള നോബൽ സമ്മാനം ലഭിക്കുകയുണ്ടായി.

ഈ ഏകാന്തസഞ്ചാരി, തന്റെ കൃതികളിലാവിഷ്കരിച്ചതുപോലെ ഏറെ സങ്കീർണ്ണതകൾ ബാക്കിവച്ചുകൊണ്ട് 1972 ൽ സ്വയം ഗ്യാസ് തുറന്നുവിട്ട് ആത്മഹത്യയിൽ ജീവനൊടുക്കുകയാണുണ്ടായത്. മനഃപൂർവ്വമായല്ലാതെ തികച്ചും ആകസ്മികമായി സംഭവിച്ച ഒരു ദുരന്തമായി അടുത്ത ബന്ധുക്കളും ഭാര്യയും മരണത്തെ വിലയിരുത്തുമ്പോൾ തീരെ മോശമായ ആരോഗ്യസ്ഥിതിയും, കടുത്ത ഏകാന്തതയും ഉറ്റ സുഹൃത്തായിരുന്ന യുക്കിയോമിഷിമയുടെ ആത്മഹത്യയും സ്വയം ജീവനൊടുക്കാൻ കവാബത്തയെ പ്രേരിപ്പിച്ചിരിക്കാം എന്നും പറയപ്പെടുന്നുണ്ട്.

സാദിക്ക് ഹിദായത്ത്

ഭ്രമകല്പനകളിൽ വിടർന്ന മാന്ത്രിക സൗന്ദര്യം

അസാധാരണമായ രചനാവൈദഗ്ദ്ധ്യംകൊണ്ട് അതിസങ്കീർണ്ണമായ ഇതിവൃത്തം പോലും അനുവാചകമനസ്സുകൾക്ക് ഏറെ ആസ്വാദ്യകരമാക്കിയ പേർഷ്യൻ സാഹിത്യപ്രതിഭയാണ് സാദിക് ഹിദായത്ത്. 1903 ഫെബ്രുവരി 17 ന് വടക്കൻ ഇറാഖിലെ ഒരു സമ്പന്ന കുടുംബത്തിൽ ഹിദായത്ത് ജനിച്ചു. ബിരുദ പഠനത്തിനുശേഷം എഞ്ചിനീയറിങ് വിദ്യാഭ്യാസത്തിനായി യൂറോപ്പിലേക്കു പുറപ്പെട്ട ഈ യുവാവ് ആർക്കിടെക്ചർ, ഡെന്റിസ്ട്രി എന്നിവയിൽ ഉന്നത വിദ്യാഭ്യാസത്തിലേർപ്പെട്ടെങ്കിലും രണ്ടിലും വിജയം വരിക്കാനായില്ല. തുടർന്നു നാലുവർഷം പാരീസിൽ എഴുത്തിലും വായനയിലുമായി സമയം ചെലവഴിച്ചു. അക്കാലത്ത് ഒമർഖയ്യാമിനെക്കുറിച്ചെഴുതിയ പുസ്തകം *റുബയ്യാത്തെ ഹഖീം ഓമർഖയ്യാം* എന്ന പേരിൽ പ്രസിദ്ധീകരിച്ചു.

പൗരസ്ത്യ തത്ത്വചിന്തകളും ബുദ്ധമത ദർശനങ്ങളുമായി അടുത്ത ബന്ധം പുലർത്തിയിരുന്ന ഈ യുവാവിന്റെ ജീവിതത്തെ ഇവയിലെ ദർശനങ്ങൾ കാര്യമായ സ്വാധീനം ചെലുത്തുകയുണ്ടായി.

1930 ൽ ഹിദായത്ത് പാരീസിൽനിന്നും ജന്മനാട്ടിലേക്കു മടങ്ങിയെത്തി. ആ വർഷം തന്നെ *സിന്ദാബേഹൂർ (ജീവനോടെ കുഴിച്ചുമൂടപ്പെട്ടു)*

എന്ന കഥാസമാഹാരം പ്രസിദ്ധീകരിച്ചു. നാട്ടിലെ രാഷ്ട്രീയ, സാമൂഹ്യാന്തരീക്ഷം തികച്ചും അസ്വസ്ഥജനകമായിരുന്നു. നാടു ഭരിച്ചിരുന്ന 'റിസാഷ' എന്ന ഏകാധിപതിയുടെ കിരാതഭരണത്തിൻകീഴിൽ വീർപ്പുമുട്ടിക്കഴിയുകയായിരുന്നു ദേശവാസികൾ.

ഷാ ഭരണത്തിനെതിരെ ശബ്ദമുയർത്തുന്നതിനായി രൂപംകൊണ്ട 'റ അബ' എന്ന നാൽവർ സംഘത്തിൽ ചേർന്ന ഹിദായത്ത്, ഷാ ഭരണത്തെയും, മത രാഷ്ട്രീയ ജന്മി മേധാവികളെയും, സാഹിത്യ രംഗത്തെ യാഥാസ്ഥിതിക്കരയും കടന്നാക്രമിച്ചു.

കലാസാഹിത്യരംഗത്തു പ്രവർത്തിച്ചിരുന്നവർ, ഒരു മാറ്റത്തിനായി ആഗ്രഹിച്ചിരുന്ന രാഷ്ട്രീയക്കാർ തുടങ്ങി നാനാതുറകളിലുള്ളവർ ഈ സംഘടനയിൽ അംഗങ്ങളായി. തന്റെ പ്രവർത്തനങ്ങൾക്കു വീട്ടുകാരിൽ നിന്നും സഹായമൊന്നും സ്വീകരിക്കാൻ തയ്യാറാകാതിരുന്ന ഹിദായത്ത് പലപ്പോഴും സാമ്പത്തികമായി ബുദ്ധിമുട്ടനുഭവിച്ചു.

സംഘടനാ പ്രവർത്തനങ്ങൾക്കൊപ്പം സാഹിത്യ രചനയിലും സജീവമായി ശ്രദ്ധിച്ച അദ്ദേഹം *സേഖത്രേ ഖൂൻ* (മൂന്നു തുള്ളി രക്തം), *സായെ റൗഷൻ* എന്നീ കഥാസമാഹാരങ്ങളും *ഖാന്നു അലവിയ്യ* (ശ്രീമതി അലവിയ്യ) എന്നൊരു നോവലെറ്റും ഈ കാലയളവിൽ പുറത്തിറക്കി. തീവ്രവാദസംഘടന എന്നു മുദ്രകുത്തി 'റഅബയെ' സർക്കാർ നിരോധിച്ചതിനാൽ പലരും അറസ്റ്റുചെയ്യപ്പെടുകയും, ചിലർ ഒളിവിൽപ്പോവുകയും ചെയ്തു.

ഹിദായത്ത് ഇന്ത്യയിലാണ് തന്റെ ഒളിവുജീവീതം ചെലവഴിച്ചത്. ശ്രീബുദ്ധന്റെ നാടായ ഇന്ത്യ ഹിദായത്തിന്റെ സ്വപ്നങ്ങളിൽ എന്നെന്നും സ്ഥാനം പിടിച്ചിരുന്നു. ഇന്ത്യൻ നഗരങ്ങളിലൂടെയും ഗ്രാമഗ്രാമാന്തരങ്ങളിലൂടെയും സഞ്ചരിച്ച് മൈസൂറിലെത്തിയ അദ്ദേഹം മൈസൂർ രാജാവിന്റെ അതിഥിയായി രണ്ടാഴ്ച അവിടെ പാർത്തു.

ഇന്ത്യയിൽ വച്ചാണ് സാദിക് ഹിദായത്തിന്റെ വിഖ്യാത നോവൽ *ബൂഫേ ഖൂർ (കുരുടൻ മൂങ്ങ)* പ്രസിദ്ധീകരിക്കപ്പെട്ടത്. പത്തുവർഷമെടുത്തു പൂർത്തിയാക്കിയ ഈ കൃതിക്ക് പിന്നീട് പല ലോകഭാഷകളിലും വിവർത്തനങ്ങളുണ്ടായി. എന്നാൽ ഇറാനിൽ കൃതി നിരോധിക്കപ്പെട്ടിരുന്നു.

പേനക്കൂടകൾക്കു ചിത്രപ്പണി ചെയ്ത് ഉപജീവനം കഴിച്ചിരുന്ന അസ്വസ്ഥനായ ഒരു കറുപ്പുതീറ്റക്കാരന്റെ വിഭ്രമചിന്തകൾ തീവ്രമായ ചായങ്ങൾകൊണ്ടു വരച്ചുകാട്ടുന്ന ഈ കൃതിക്കു നിരൂപകലോകം സാമൂഹ്യവും മതപരവും തത്ത്വചിന്താപരവുമായ വ്യത്യസ്ത മാനങ്ങൾ നല്കുന്നു.

തന്റെ സ്വപ്ന സുന്ദരിയുടെ അപഥസഞ്ചാരത്തിൽനിന്നും ഏറ്റുവാങ്ങിയ മാനസികത്തകർച്ച നേരിടാൻ അവളെ വധിക്കുന്ന കഥാനായകൻ അതിസൂക്ഷ്മമായി ഈ സ്വപ്നസുന്ദരിയുടെ രേഖാചിത്രം അനുവാചകമനസ്സിൽ കോറിയിടുന്നു. തന്റെ മാതൃരാജ്യത്തിനു വന്നുഭവിച്ച മൂല്യ

ത്തകർച്ചയാണ് ഈ നോവലിന്റെ രചനയ്ക്കു പിന്നിലുള്ളതെന്നാണ് നിരൂപകമതം. ദുർഗ്രഹത നോവലിന്റെ മുഖമുദ്രയാണെങ്കിൽക്കൂടി വായനക്കാരെ നോവലിലേക്കടുപ്പിക്കുന്ന സർഗ്ഗലാവണ്യം നിറഞ്ഞുതുളുമ്പുന്ന ഈ കൃതി ഇന്നും ലോക നോവൽസാഹിത്യത്തിൽ ഉന്നതസ്ഥാനം അലങ്കരിക്കുന്നു.

1941 ൽ നോവലിസ്റ്റ് സ്വദേശത്തേക്ക് മടങ്ങിയെത്തി. ഒരു വർഷത്തിനുശേഷം, ഇറാൻ ഭരിച്ചിരുന്ന റസിഷായുടെ പുത്രൻ മുഹമ്മദ് റസിയ ഭരണാധികാരിയായതോടെ അവിടെ നിലവിലിരുന്ന ഭീകരാന്തരീക്ഷത്തിനു മാറ്റം വന്നു. എഴുത്തുകാർക്കു സ്വതന്ത്രമായി പ്രവർത്തിക്കാനുള്ള അന്തരീക്ഷം സംജാതമായി. ഹിദായത്ത്, ഇറാനിൽ മുൻപു നിരോധിക്കപ്പെട്ടിരുന്ന തന്റെ നോവൽ *ബുഫേഖൂർ (കുരുടൻ മൂങ്ങ)* ഇറാനിൽ പ്രസിദ്ധീകരിക്കാൻ തയ്യാറായി.

തുടർന്നു ജനഹിതം മാനിച്ച് ദുർഗ്രഹതയോടു വിട പറഞ്ഞു ഹിദായത്ത്, സാമാന്യജനങ്ങൾക്ക് മനസ്സിലാകുന്ന വിധത്തിൽ പുതിയ രചനകൾക്കു രൂപം നല്കി. 1942 ൽ *വെൽഗാർദ് (തെണ്ടിനായ)* എന്ന കഥാസമാഹാരവും രണ്ടുവർഷത്തിനുശേഷം *വെലങ്കാരി (വെടിവട്ടം)* എന്ന ആക്ഷേപഹാസ്യകൃതിയും പിറവിയെടുത്തു. 1946 ൽ *ഫർദാ (നാളെ)* എന്ന ആക്ഷേപഹാസ്യനോവൽ പുറത്തുവന്നു.

1950 ൽ വീട്ടുകാരോടുപോലും യാത്ര പറയാതെ പാരീസിലേക്കു പോയ ഹിദായത്ത് 1951 ഏപ്രിൽ 7 ന് പാരീസിലെ ഒരു ഇടുങ്ങിയ ഫ്ളാറ്റ് മുറിയിൽവച്ച് വിഷം കഴിച്ച് സ്വയം ജീവനൊടുക്കുകയാണുണ്ടായത്. മോഹഭംഗത്തിന്റെ തടവറയിൽ സ്വയം ഹോമിച്ച ആ പ്രതിഭാധനന്റെ തിരോധാനം കഴിഞ്ഞ് 28 വർഷങ്ങൾക്കുശേഷം 1979 ൽ തന്റെ അവസാന കൃതിയായ *തൂപി മൊർവാരി (മുത്തുപീരങ്കി)* പുറത്തുവന്നു. ആക്ഷേപഹാസ്യകൃതിയായിരുന്നു അത്.

എന്നെന്നും ആസ്വാദകലോകം നെഞ്ചേറ്റിലാളിച്ച *കുരുടൻ മൂങ്ങയുടെ* ശില്പിയുടെ ഹ്രസ്വമായ ജീവിതം ഒരു കടങ്കഥയായി ജനമനസ്സുകളിൽ ഇന്നും നിലകൊള്ളുന്നു.

ഖലീൽ ജിബ്രാൻ

ലബനോനിലെ അനശ്വര പ്രവാചകൻ

ആത്മീയമായ ഉറവയിൽനിന്നു തിർന്ന അസംഖ്യം ചിന്താധാരകൾ ലോകസാഹിത്യത്തിനു സമ്മാനിച്ച ലബനനിലെ അനശ്വരപ്രവാചകൻ ജിബ്രാൻ ഖലീൽ ജിബ്രാൻ 1883 ൽ ലബനനിലെ ബഷാറ എന്ന പട്ടണത്തിൽ ജനിച്ചു. പിതാവ് ഖലീൽ ജിബ്രാനു വലിയ വിദ്യാഭ്യാസമുണ്ടായിരുന്നില്ല; മദ്യപാനിയും മുൻകോപിയുമായിരുന്ന അയാൾ ഭാര്യ കമീല റഹ്മയുമായി നിരന്തരം വഴക്കിട്ടിരുന്നു. എന്നാൽ ഒരു പുരോഹിതന്റെ മകളായിരുന്ന കമീല റഹ്മ വളരെ ശാന്തപ്രകൃതയും മക്കൾക്ക് ഏറ്റവും സ്നേഹവതിയായ അമ്മയുമായിരുന്നു. അതുകൊണ്ടാവാം ബാലനായ ജിബ്രാൻ അമ്മയെ ഏറെ സ്നേഹിച്ചതും.

ജന്മസ്ഥലമായ ലബനനിൽ അറബിയിലും സുറിയാനിയിലും ജിബ്രാൻ പ്രാഥമിക വിദ്യാഭ്യാസം പൂർത്തിയാക്കി. കുടുംബകാര്യങ്ങളിൽ യാതൊരു താല്പര്യവും കാട്ടാതിരുന്ന പിതാവിനെ ഉപേക്ഷിച്ച് ആ മാതാവ് കുട്ടികളോടൊപ്പം അമേരിക്കയിലെ ബോസ്റ്റൺ പട്ടണത്തിലേക്കുപോയി അവിടെ താമസമാരംഭിച്ചു. അവിടത്തെ പബ്ലിക് സ്കൂളിൽ ജിബ്രാൻ പഠനം തുടർന്നു. എന്നാൽ 1898 മുതൽ 1901 വരെ അറബി

പഠിക്കുന്നതിന് ജിബ്രാൻ വീണ്ടും ലബനനിലേക്കു പോയി. തുടർന്ന് പാരീസിലെത്തി. അവിടെ റോഡിൻ എന്ന വാസ്തുശില്പിയുടെ കീഴിൽ 'അക്കാഡമി ഓഫ് ഫൈൻ ആർട്സ്' എന്ന സ്ഥാപനത്തിൽ മൂന്നുവർഷം ചിത്രകല ആഭ്യസിച്ചു.

സഹോദരി സുൽത്താനയ്ക്കു ക്ഷയരോഗം കലശലായതിനെത്തുടർന്ന് ജിബ്രാന് സ്വന്തം വീട്ടിലേക്കു മടങ്ങേണ്ടിവന്നു. 1902 ൽ സഹോദരി മരണമടഞ്ഞു.

സഹോദരിയുടെ മരണമേല്പിച്ച കടുത്ത മാനസികാഘാതമടങ്ങുംമുമ്പ് അടുത്ത വർഷം സഹോദരൻ പീറ്ററും ക്ഷയരോഗബാധിതനായി ഈ ലോകത്തോടു യാത്രപറഞ്ഞു. അതുകൊണ്ടും അവസാനിച്ചില്ല ആ കുടുംബത്തെ വേട്ടയാടിയ ദുരന്തങ്ങൾ; സഹോദരൻ വിടവാങ്ങി മൂന്നു മാസം കഴിയുംമുമ്പ് ജിബ്രാന്റെ മാതാവും അർബ്ബുദരോഗം ബാധിച്ച് മരണമടഞ്ഞു.

തുടർച്ചയായുണ്ടായ ജീവിതദുരന്തങ്ങൾ സമ്മാനിച്ച കടുത്ത മാനസികാഘാതവും ഏകാന്തതയും അനാഥത്വവും ആ യുവാവിനെ വല്ലാതെ വേട്ടയാടി. തന്റെ ആഴമേറിയ ഹൃദയവ്യഥകളിൽനിന്നും മോചനം തേടിയ ജിബ്രാൻ കവിതയിലും ചിത്രമെഴുത്തിലുമായി സമയം ചെലവഴിച്ചു.

ന്യൂയോർക്കിൽനിന്നും പ്രസിദ്ധീകരിച്ചിരുന്ന *അൽമുഹാഗർ* എന്ന അറബി ദിനപ്പത്രത്തിന്റെ പത്രാധിപർ അമീൻ ഗരീബാണ് ജിബ്രാനിലെ അതുല്യപ്രതിഭാശാലിയെ ആദ്യമായി തിരിച്ചറിഞ്ഞത്. ജിബ്രാന്റെ ചിത്രങ്ങളും കവിതകളും കാണാനിടയായ അദ്ദേഹം തന്റെ പത്രത്തിൽ ഒരു സ്ഥിരം പംക്തി കൈകാര്യം ചെയ്യാൻ ആവശ്യപ്പെട്ടതനുസരിച്ച് *കണ്ണീരും പുഞ്ചിരിയും* എന്ന പേരിൽ ജിബ്രാൻ അതിൽ എഴുതിത്തുടങ്ങുകയും പിന്നീടത് പുസ്തകരൂപത്തിൽ പ്രസിദ്ധീകരിക്കുകയും ചെയ്തു.

ജിബ്രാൻ അറബിയിലെഴുതിയ പ്രധാന കൃതികൾ *പ്രതിഷേധിക്കുന്ന ആത്മാവുകൾ, ഒടിഞ്ഞ ചിറകുകൾ, കൊടുങ്കാറ്റ്, പരിവാരങ്ങൾ* എന്നിവയാണ്. *പ്രവാചകൻ, ഭ്രാന്തൻ, മണ്ണും നുരയും, ക്രിസ്തു മനുഷ്യപുത്രൻ, മുൻഗാമി, പ്രവാചകന്റെ പൂന്തോട്ടം* എന്നിവ അദ്ദേഹം ഇംഗ്ലീഷിലെഴുതിയ കൃതികളാണ്.

പല സ്ത്രീകളുമായും ആഴമേറിയ സ്നേഹബന്ധം പുലർത്തിയ കവി വിവാഹജീവിതത്തോടു മമത കാട്ടിയില്ല. തുല്യശ്രദ്ധയോടെ കലാജീവിതത്തേയും കുടുംബജീവിതത്തേയും ഒരുമിച്ചു കൊണ്ടുപോകാൻ കഴിയില്ല എന്നായിരുന്നു അതിന് കവി കണ്ടെത്തിയ ന്യായീകരണം.

യുവാവായ ജിബ്രാന്റെ ജീവിതത്തിൽ ആദ്യപ്രണയവുമായെത്തിയത് ഹലാദാഹേർ എന്ന സുന്ദരിയായിരുന്നു. എന്നാൽ ചുറ്റുപാടുകൾ അനുകൂലമല്ലാതിരുന്നതിനാൽ ആ പ്രണയം അധികകാലം നീണ്ടുനിന്നില്ല. ജിബ്രാൻ ബെയ്റൂട്ടിൽ വിദ്യാർത്ഥിയായിരുന്ന കാലത്ത് സൽദകറാമി എന്ന യുവതിയുമായി പ്രണയബന്ധത്തിലായിരുന്നുവെന്നും നിഷ്ഫലമായി കലാശിച്ച ആ പ്രണയമാണ് അദ്ദേഹത്തിന്റെ *ഒടിഞ്ഞചിറകു*

കൾ എന്ന കൃതിയുടെ പ്രമേയമെന്നും പറയപ്പെടുന്നു. പിന്നീട് മേരീ ഹസ്ക്കൽ, അറബി സാഹിത്യകാരി മിഷേൽ നൈമി, എഴുത്തുകാരി യായ മെയ് സിയാദേ എന്നിവരുമായി പല കാലങ്ങളിലായി ജിബ്രാൻ വളരെ ആഴമേറിയ സ്നേഹബന്ധം പുലർത്തി. ഇതിൽ പത്തൊമ്പതു വർഷക്കാലം, നേരിൽ കാണാതെ തൂലികാസൗഹൃദമായി വളർന്ന മെയ്സിയാദേയുമായുണ്ടായിരുന്ന ആത്മബന്ധം പ്രത്യേകം പ്രസ്താവ്യ മാണ്.

ഉയർന്ന ആദർശാത്മകതയും അതിനു വിരുദ്ധമായ സുഖജീവിത ത്വരയും വേട്ടയാടിയിരുന്ന ഈ അതുല്യപ്രതിഭ 1931 ഏപ്രിൽ 10 ന് ഈ ലോകത്തോടു വിടപറഞ്ഞു. കടുത്ത കരൾരോഗവും ശ്വാസകോശത്തിലെ ക്ഷയരോഗബാധയുമായിരുന്നു 48 വയസ്സുമാത്രം പ്രായമുണ്ടായിരുന്ന ലബനനിലെ അനശ്വര പ്രവാചകന്റെ ജീവനൊടുക്കിയത്. ജിബ്രാന്റെ കുഴിമാടത്തിനു മുകളിലായി 'ഇവിടെ നമ്മുടെ പ്രവാചകൻ ജിബ്രാൻ അന്ത്യവിശ്രമം കൊള്ളുന്നു' എന്ന് അറബിയിൽ എഴുതിവച്ചിട്ടുണ്ട്.

ലോകം എക്കാലവും നെഞ്ചേറ്റി ലാളിച്ച അനശ്വരപ്രവാചകന്റെ കൃതികൾ പകർന്നുനല്കുന്ന മിസ്റ്റിക്ക് അനുഭൂതി അവയെ സാധാരണ തലത്തിൽനിന്നും ഏറെ ഉയരങ്ങളിൽ പ്രതിഷ്ഠിക്കാൻ പോന്നതാണ്. ജീവിതത്തിലെ നിസ്സാര സംഗതികൾ പോലും അലൗകിക പരിവേഷ ത്തോടെ ആവിഷ്കരിക്കാനും ആത്മീയാനുഭൂതികളിലൂടെ അവയ്ക്കു പുതിയ മാനം നല്കാനും ഈ പ്രവാചക കവിക്ക് കഴിഞ്ഞു. ഒറ്റപ്പെടലി ന്റെയും ഏകാന്തതയുടെയും മഹാസാഗരമെന്നു വിശേഷിപ്പിക്കാവുന്ന ആ കാവ്യജീവിതം നമുക്കു സമ്മാനിക്കുന്നത് ചിന്തിക്കാനും നമ്മുടെ ദാർശനിക ചക്രവാളത്തെ ഏറെ ഉന്നതങ്ങളിൽ പ്രതിഷ്ഠിക്കാനും പോന്ന അനർഘമായ മൊഴിമുത്തുകളാണ്.

ഫ്രാൻസ് കാഫ്ക

സ്വപ്ന സദൃശമായ ആന്തരിക ജീവിതം ആവിഷ്കരിച്ച ഏകാകി

വളരെക്കുറച്ചു കൃതികൾ കൊണ്ട് ഏറെ ശ്രദ്ധിക്കപ്പെട്ട ജർമ്മൻ സാഹിത്യകാരനായ ഫ്രാൻസ് കാഫ്ക 1883 ജൂലൈ 3 ന് പ്രാഗിലെ ഒരു യഹൂദ കുടുംബത്തിൽ ജനിച്ചു. പിതാവ് ഹെർമാൻ, മാതാവ് യൂലി ലൊയ്‌വി. ഇവർ ഒരു ഫാൻസിസ്റ്റോർ നടത്തിയിരുന്നു. ശിശുവായ ഫ്രാൻസിനെ നോക്കുവാനായി മാരി വേർണർ എന്ന യഹൂദ സ്ത്രീ നിയമിതയായി. അടുത്ത വർഷങ്ങളിൽ ഫ്രാൻസിനു കൂട്ടായി രണ്ടു സഹോദരന്മാർ പിറന്നെങ്കിലും ശൈശവത്തിൽ തന്നെ അവർ മരണപ്പെട്ടതിനാൽ ആ ബാലൻ തികഞ്ഞ ഏകാന്തതയിലാണ് ശൈശവം കഴിച്ചത്. എന്നാൽ 1889, 1892 എന്നീ വർഷങ്ങളിൽ രണ്ടു സഹോദരിമാർ ഫ്രാൻസിന്റെ കൂട്ടിനെത്തി; മൂത്തവൾ ഗാബ്രിയേല, ഇളയവൾ വലേറി. ആറാം വയസ്സിൽ ഫ്രാൻസിനെ ജർമ്മൻകാർക്കുവേണ്ടിയുള്ള പ്രാഥമിക വിദ്യാലയത്തിൽ ചേർത്തു. തുടർന്നു ഗ്രാമർ സ്കൂളിൽ ചേർന്ന ഫ്രാൻസ് വായനയിൽ ശ്രദ്ധിക്കുകയും കൊച്ചുകൊച്ചു രചനകൾ നടത്തുകയും ചെയ്തു. മാതാപിതാക്കളുടെ ജന്മദിനങ്ങളിൽ ഫ്രാൻസ് എഴുതിയ ലഘുചിത്രീകരണങ്ങൾ സഹോദരിമാർ രംഗത്ത് അവതരിപ്പിച്ചിരുന്നു.

കൗമാരത്തിൽത്തന്നെ യുക്തിവാദവും ആദർശപരതയും സ്വാതന്ത്ര്യ പ്രേമവും കാവ്യാരാധനയും ഫ്രാൻസിൽ വേരൂന്നിയിരുന്നു. ഗ്രാമർസ്കൂളിലെ പഠനം കഴിഞ്ഞ് 1901 ൽ ഫ്രാൻസ് നിയമപഠനം ആരംഭിച്ചു. ക്ലാസുകൾ വിരസമായി അനുഭവപ്പെട്ടതിനാൽ പഠനം തുടർന്നില്ല. പിന്നീട് മൂന്നു മാസം പ്രാഗിലും മ്യൂണിച്ചിലും ജർമ്മൻ ഭാഷയും സാഹിത്യവും പഠിക്കാൻ തുടങ്ങിയെങ്കിലും അതു പൂർത്തിയാക്കാതെ തിരിച്ചെത്തിയ ആ യുവാവ് നിയമപഠനം തുടരുകയാണുണ്ടായത്.

ഈ കാലയളവിലാണ് തന്റെ ആജീവനാന്ത സുഹൃത്തായ മാക്സ് ബ്രോഡിനെ പരിചയപ്പെടുന്നത്. ഈ സുഹൃത്താണ് പിന്നീട് കാഫ്കയുടെ ജീവചരിത്രമെഴുതിയതും കാഫ്കയുടെ മരണശേഷം അദ്ദേഹത്തിന്റെ രചനകൾ എഡിറ്റു ചെയ്തു പ്രസിദ്ധീകരിച്ചതും.

കാഫ്കയുടെ ജീവിതത്തിൽ സ്ത്രീകളുമായുള്ള ബന്ധം ആരംഭിക്കുന്നത് തുടർന്നുള്ള വർഷങ്ങളിലാണ്. ഒരു നിയന്ത്രണവുമില്ലാതെ കാമുകിമാരെ കണ്ടെത്തുകയും അവരുടെ ആകർഷണ വലയത്തിൽ ജീവിതം തളച്ചിടുകയും ചെയ്ത കാഫ്കയ്ക്കു പലപ്പോഴും സ്ത്രീകളുമായുള്ള അടുപ്പം വെറുപ്പുളവാക്കുന്നതുമായിരുന്നു.

നിയമപഠനത്തോടൊപ്പം സാഹിത്യത്തിലും തത്ത്വശാസ്ത്രത്തിലും ഒരുപോലെ ശ്രദ്ധചെലുത്തിയ ഈ യുവാവ് ധാരാളം പുസ്തകങ്ങൾ വായിക്കുന്നതിനും പ്രഭാഷണങ്ങൾ ശ്രദ്ധിക്കുന്നതിനും സമയം കണ്ടെത്തി.

1906 ൽ നിയമത്തിൽ ഡോക്ടറേറ്റു നേടിയ കഫ്ക, 1908 ൽ ഒരു ഇൻഷുറൻസ് കമ്പനിയിൽ ക്ലാർക്കായി നിയമിതനായി.

ഓഫീസുകാര്യങ്ങൾ ശുഷ്കാന്തിയോടെ നോക്കിയിരുന്ന പരിശ്രമശാലിയായ ഈ യുവാവിനെ മേലധികാരികൾ വളരെയധികം ഇഷ്ടപ്പെട്ടിരുന്നു.

പുതിയ വ്യായാമമുറകൾ പരിശീലിക്കുക, ഉല്ലാസയാത്ര പോവുക, കലാപരിപാടികൾ, സെമിനാറുകൾ, രാഷ്ട്രീയപരിപാടികൾ എന്നിവയിൽ പങ്കെടുക്കുക തുടങ്ങി വളരെ തിരക്കുനിറഞ്ഞ ഒരു ജീവിതമായിരുന്നു ഉദ്യോഗത്തിന്റെ ആദ്യവർഷങ്ങളിൽ കാഫ്കയുടേത്.

1904 ലാണ് തന്റെ പ്രഥമ സാഹിത്യസൃഷ്ടിയായ *ഒരു സമര വിവരണം* കാഫ്ക എഴുതുന്നത്. തുടർന്ന് *ഹൈപ്പീരിയൻ* എന്ന മാസികയിൽ തുടർച്ചയായി കഥകളും ലേഖനങ്ങളും പുസ്തകനിരൂപണങ്ങളുമെഴുതി. എഴുതിയത് വീണ്ടും വീണ്ടും മാറ്റി എഴുതുക, എഴുതിയതിൽ തൃപ്തിവരാതെ കൈയെഴുത്തുപ്രതികൾ നശിപ്പിക്കുക; ഇവയൊക്കെ കാഫ്കയുടെ പതിവായിരുന്നു.

മനുഷ്യ ജീവിതത്തിന്റെ അനിശ്ചിതത്വം, അവ്യക്തതകൾ, അപകടങ്ങൾ എന്നിവ സദാ മുന്നിൽ കണ്ടുകൊണ്ട് പേടിസ്വപ്നങ്ങളോടു രൂപസാദൃശ്യം തോന്നിക്കുന്ന ധാരാളം ചെറുതും വലുതുമായ രചനകൾക്ക് കാഫ്ക ഈ നാളുകളിൽ രൂപം നല്കി. എഴുത്ത് ഒരുതരം

പ്രാർത്ഥനയാണെന്നു വിശ്വസിച്ചിരുന്ന ഈ പ്രതിഭാശാലി പലപ്പോഴും വായനക്കാരെ അവഗണിച്ചുകൊണ്ട് തനിക്കുവേണ്ടിമാത്രം സാഹിത്യ സൃഷ്ടി നടത്തിയിരുന്നു. തന്റെ അപ്രകാശിത കൃതികളൊക്കെ നശിപ്പിച്ചുകളയാൻ അദ്ദേഹം ഉറ്റ സുഹൃത്തായ മാക്സ് ബ്രോഡിനു നിർദ്ദേശം നല്കുകപോലുമുണ്ടായി. സ്വപ്നസദൃശമായ തന്റെ ആന്തരിക ജീവിതത്തിന്റെ ആവിഷ്കാരമാണ് തന്റെ രചനകൾ എന്നു പ്രഖ്യാപിച്ച ഈ എഴുത്തുകാരൻ തന്റെ പ്രധാന കൃതികളിലെ മുഖ്യകഥാപാത്രം താൻ തന്നെയാണെന്നു പറയാനും ധൈര്യം കാട്ടി. എന്നാൽ മനസ്സിലുള്ളതു മുഴുവൻ സൃഷ്ടികളിലൂടെ പ്രകാശിപ്പിക്കാൻ കഴിയുന്നില്ലെന്ന് വിലപിച്ചിരുന്ന കാഫ്കയ്ക്ക് ഇതിനു പ്രതിവിധിയായി ഡയറി എഴുതാൻ പ്രേരണ നല്കിയത് സുഹൃത്തായ മാക്സ് ബ്രോഡായിരുന്നു. ഉപദേശം അക്ഷരംപ്രതി പാലിച്ച കാഫ്ക, ഡയറി എഴുതാൻ തുടങ്ങുകയും, തന്റെ ചിന്തകളുടെ അമൂല്യശേഖരം, കാഫ്കയുടെ മരണശേഷം മാക്സ്ബ്രോഡ് പുസ്തകരൂപത്തിൽ പ്രസിദ്ധീകരിക്കുകയുമുണ്ടായി.

കാഫ്കയുടെ സ്വഭാവവൈചിത്ര്യം, അവയുടെ സങ്കീർണ്ണതകൾ, ഉറച്ചു നില്ക്കാൻ കഴിയാത്ത മാനസികാവസ്ഥ ഇവ കൂടുതൽ പ്രകടമാവുന്നത് സ്ത്രീകളുമായുള്ള തന്റെ ബന്ധങ്ങളിലാണ്. സ്ത്രീകളോടുള്ള അമിതമായ ആകർഷണവും അമിതമായ വെറുപ്പും പലപ്പോഴും പല ബന്ധങ്ങളെയും വഷളാക്കുകയും ഒട്ടേറെ പ്രശ്നങ്ങൾ സൃഷ്ടിക്കുകയും ചെയ്തിട്ടുണ്ട്. ഒട്ടേറെ കാമുകിമാരുണ്ടായിരുന്ന കാഫ്ക, പ്രണയം വിവാഹത്തിലെത്തുന്നത് സ്വന്തം ഭീരുത്വംകൊണ്ട് അവസാന നിമിഷം ഒഴിവാക്കിയിരുന്നു. എന്നാൽ കാമുകിമാരുമായി ദീർഘകാലം കത്തിടപാടുകൾ നടത്തുന്നതിന് കാഫ്ക സമയം കണ്ടെത്തി. ഹെഡ്‌വിഗ്, ഫെലിസ്, ഗ്രേറ്റെ ബ്ളോഗ്, വിലേന, യൂലി വോറിക്സാക്, ഡോറ ഡിയാമൺടു..... ഇങ്ങനെ കാമുകിമാരുടെ എണ്ണം നീളുന്നു. ഇതിൽ വിവാഹിതരും അവിവാഹിതരും ഉൾപ്പെടുന്നു. എങ്കിലും ഈ പ്രണയകാലം തന്റെ സാഹിത്യജീവിതത്തിലെ പുഷ്കല കാലമായിട്ടാണ് കാഫ്ക കരുതിയത്. തന്റെ പ്രധാന കൃതികൾ പലതും ഈ പ്രണയകാലത്തിന്റെ ശേഷിപ്പുകളാണ്. കാമുകിമാരിൽ ഫെലിസുമായി അഞ്ചു വർഷത്തിലേറെ നീണ്ടുനിന്ന കത്തിടപാടുകൾ പുസ്തകരൂപത്തിലാവുകയും, കാഫ്കയെപ്പറ്റി നടത്തിയ പഠനത്തിന് ഈ കത്തുകൾ നിരൂപകർ ഉപയോഗിക്കുകയും ചെയ്തിട്ടുണ്ട്.

ഏകാകിയും ദുർബ്ബലചിത്തനും വിഷാദരോഗിയും ചഞ്ചലമനസ്കനുമൊക്കെയായിരുന്ന ഈ അപൂർവ്വ പ്രതിഭാശാലി, തന്റെ ഓഫീസുകാര്യങ്ങളിൽ ഏറ്റവും ശ്രദ്ധാലുവും ചങ്ങാതിമാരുമായുള്ള സൗഹൃദങ്ങളിൽ സന്തോഷവാനും നല്ല സുഹൃത്തുമായിരുന്നു.

ശാരീരികമായി ഏറെ ദുർബ്ബലനും, അനാരോഗ്യം സന്തതസഹചാരിയുമായിരുന്ന കാഫ്കയ്ക്ക് കൂനിൻമേൽ കുരുവെന്ന പോലെയാണ് ക്ഷയരോഗം പിടിപെട്ടത്. 1917 ലായിരുന്നു താൻ ക്ഷയരോഗിയാണെന്ന

സത്യം കാഫ്ക അറിയുന്നത്. രോഗംമൂലം ശാരീരികവും മാനസികവുമായി ഏറെ പീഡനങ്ങൾ ഏറ്റുവാങ്ങിയ കാഫ്ക പലപ്പോഴായി പല സാനിട്ടോറിയങ്ങളിലും വിശ്രമവും ചികിത്സയുമായി അഭയംതേടി.

ഏഴുവർഷത്തോളം ക്ഷയരോഗത്തിന്റെ കഷ്ടപ്പാടുകളും അതോടൊപ്പം അനുരാഗത്തിന്റെ നൊമ്പരങ്ങളും ഏകാന്തതയും രുചിച്ച ഫ്രാൻസ് കാഫ്ക 1924 ജൂൺ 3 ന് വിസ്മൃതിയുടെ ലോകത്തേക്കു യാത്രയായി.

തന്റെ ജീവിതം പോലെ ഉൽക്കണ്ഠയും ഏകാകികതയും കെട്ടുപിണഞ്ഞ അന്തരീക്ഷം സ്വന്തം കൃതികളിലൂടെ ആവിഷ്കരിച്ച കാഫ്കകൃതികൾ പലതും കടങ്കഥകൾ പോലെ ദുരൂഹവും അസംഖ്യം വ്യാഖ്യാനങ്ങൾക്കും പഠനങ്ങൾക്കും വഴിതെളിച്ചവയുമാണ്.

ലളിതമായ യുക്തിയിലൂടെ സങ്കീർണ്ണമായ അയുക്തികലോകം ശുദ്ധവും സുന്ദരവുമായ ഭാഷയിൽ അവതരിപ്പിച്ച ഈ എഴുത്തുകാരന്റെ ഏറ്റവും ചർച്ച ചെയ്യപ്പെട്ട കഥയാണ് 'രൂപാന്തരം'. ഇതിലെ കഥാനായകൻ 'ഗ്രെഗോർ സാംസ' ഒരു കമ്പനിയുടെ ഏജന്റായി ഊരുചുറ്റുന്ന വ്യക്തിയായിരുന്നു. എന്നാൽ തന്റെ ജോലിയെയും മേലധികാരികളെയും ഒരുപോലെ വെറുത്തിരുന്ന അയാൾക്ക് തന്റെ ദരിദ്ര കുടുംബത്തെ സംരക്ഷിക്കേണ്ട ചുമതല ഉണ്ടായിരുന്നതിനാൽ ജോലി ഉപേക്ഷിക്കാൻ കഴിയുന്നില്ല. അസംതൃപ്തിയും സങ്കടവും ഏകാകിതയുമായി വീർപ്പുമുട്ടിക്കഴിയുന്ന അയാൾ ഒരു ദിവസം രാവിലെ ഉറങ്ങി എഴുന്നേല്ക്കുമ്പോൾ ഞെട്ടലോടെ മനസ്സിലാക്കുന്നു താനൊരു പാറ്റയായി രൂപാന്തരപ്പെട്ടിരിക്കുന്നു എന്ന കാര്യം. (കഥ ആരംഭിക്കുന്നത് ഈ രൂപാന്തര വിവരം അറിയിച്ചുകൊണ്ടാണ്).

ഭീകരവും തീരെ അവിശ്വസനീയവുമായ ഈ രൂപപരിണാമത്തിനുശേഷവും ഗ്രെഗോർ ചിന്തിക്കുകയും സ്നേഹിക്കുകയും സഹിക്കുകയുമൊക്കെ ചെയ്യുന്നുണ്ട്. കേവലമൊരു നികൃഷ്ടമായ കീടത്തിൽ നിന്ന് ഇവയൊന്നും പ്രതീക്ഷിക്കാത്ത വീട്ടുകാർ ഗ്രെഗോറിനെ പൂർണ്ണമായും ഒഴിവാക്കുന്നു. ഗ്രെഗോർ മുറിക്കു പുറത്തിറങ്ങുന്ന ഓരോ അവസരത്തിലും വടി ഓങ്ങിപ്പേടിപ്പിച്ചോ മുറിപ്പെടുത്തിയോ അതിനെ മുറിക്കകത്തേക്കു തള്ളുന്നു. ഒരിക്കൽ വീട്ടുകാർക്ക് എല്ലാമെല്ലാമായിരുന്ന ഗ്രെഗോർ മരിച്ചുകാണാൻ ആത്മാർത്ഥമായി ആഗ്രഹിക്കുകയാണ് കുടുംബം മുഴുവനും. അവർക്കു അധികം കാത്തിരിക്കേണ്ടിവരുന്നില്ല; ഒരു ദിവസം മുറി അടിച്ചുവാരാനായി ചെല്ലുന്ന വേലക്കാരി, ചത്തുകിടക്കുന്ന കീടത്തെ കാണുന്നു. ആ ചത്ത ജന്തുവിനെ ചൂലുകൊണ്ട് അടിച്ചുമാറ്റി ദൂരെക്കളയുമ്പോൾ എല്ലാവരുടെയും മുഖത്ത് അനല്പമായ ആശ്വാസമാണ് കളിയാടുന്നത്. പ്രയോജനം മാത്രം ലക്ഷ്യമാക്കിയുള്ള തികച്ചും കപടമായ കുടുംബബന്ധങ്ങൾ ഈ കൃതിയിൽ വായിച്ചെടുക്കാം കഥാന്ത്യത്തിൽ, വീട്ടിൽ ഒന്നും സംഭവിച്ചിട്ടില്ലാത്തമട്ടിൽ ഉല്ലാസയാത്ര നടത്തുകയാണ് കുടുംബാംഗങ്ങൾ.

തീരെക്കുറച്ചു പേജുകളിലായി കാച്ചിക്കുറുക്കി ആഖ്യാനം ചെയ്തി

രിക്കുന്ന ഈ കഥ വ്യാഖ്യാനങ്ങൾക്കും നിരൂപണങ്ങൾക്കും വിമർശനങ്ങൾക്കും കടുത്ത വെല്ലുവിളി ഉയർത്തിക്കൊണ്ട് ഇന്നും തന്റെ ജൈത്രയാത്ര തുടരുന്നു. മാർക്വേസിനെപ്പോലെ നിരവധി എഴുത്തുകാരെ രചനയുടെ ദിശാനിർണ്ണയത്തിൽ ഈ കഥ അനല്പമായ സ്വാധീനം ചെലുത്തിയിട്ടുണ്ട്.

ഏറെ ചർച്ച ചെയ്യപ്പെട്ട മറ്റൊരു കാഫ്ക കൃതിയാണ് *വിചാരണ*. നോവൽ രൂപത്തിൽ എഴുതപ്പെട്ട ഈ കൃതി നോവലിസ്റ്റ് പൂർത്തീകരിക്കുകയുണ്ടായില്ല.

കുറ്റമൊന്നും ചെയ്യാതെ, തികച്ചും യാദൃച്ഛികമായി ഒരുദിവസം അറസ്റ്റുചെയ്യപ്പെടുകയാണ് 'കെ' എന്ന കഥാനായകൻ. സ്വന്തം കുറ്റമെന്തെന്നറിയാതെ നീതിപീഠത്തിന്റെ നിഴലിൽ ഭീതിയും കുറ്റബോധവുമായി തകർച്ചയിലേക്കു നിപതിക്കുകയാണയാൾ. അസത്യം ലോകനീതിയായി തനിക്കു മുന്നിൽ അവതരിച്ചതിൽ വിലപിക്കുന്ന ഈ യുവാവ്, അറസ്റ്റുചെയ്യപ്പെട്ട് കൃത്യം ഒരു വർഷം പൂർത്തിയാവുന്ന ദിനത്തിൽ അജ്ഞാതരായ രണ്ടു കൊലയാളികളാൽ അതിനിഷ്ഠുരമായി വധിക്കപ്പെടുന്നു.

തന്റെ അന്ത്യനിമിഷങ്ങളിൽ, ഒരു പിടിവള്ളിപോലെ ഒരാൾ ജനാല തുറന്നു പുറത്തേക്കു നോക്കുന്നുണ്ട്; അത്രമാത്രം. അയാൾ കഥാനായകനെ രക്ഷിക്കുന്നതിനായി എത്തുന്നില്ല.

കുറ്റമൊന്നും ചെയ്യാതെ, കുറ്റബോധവും ചുമന്നുകൊണ്ട് പീഡിപ്പിക്കപ്പെടുന്ന, നശിപ്പിക്കപ്പെടുന്ന മനുഷ്യന്റെ കഥ പ്രതിപാദിക്കുന്ന ഈ നോവലിനെപ്പറ്റി ധാരാളം പഠനങ്ങൾ ഉണ്ടായി. എങ്കിലും പൊരുളറിയാത്ത ഒരു കടങ്കഥയായി ഈ നോവൽ ഇന്നും വായനക്കാരെ ആകർഷിച്ചുകൊണ്ടിരിക്കുന്നു.

ഏറെ ശ്രദ്ധിക്കപ്പെട്ട മറ്റൊരു കാഫ്ക കൃതിയാണ് *സൗധം*. ഇതുമൊരു നോവലാണ്. സൗധത്തിലെത്തിച്ചേരുന്നതിന് കെ എന്ന യുവാവ് നടത്തുന്ന നിഷ്ഫല ശ്രമങ്ങളുടെ വിവരണമാണിത്. സൗധവുമായി ബന്ധം സ്ഥാപിക്കാനായി അയാൾ എത്തിച്ചേർന്ന ഗ്രാമം അയാളെ സ്വീകരിക്കുന്നില്ല. അവിടെ അയാളെ സ്വീകരിക്കുന്ന ഏക കുടുംബം ഗ്രാമവാസികളാൽ പുറന്തള്ളപ്പെട്ടതാണ്. സൗധത്തിനു സമീപംപോലും എത്തിപ്പെടാനാകാതെ പരാജയത്തിന്റെ പ്രതീകമായി കെ കഴിയുന്നു. പൂർത്തിയാക്കാത്ത ഈ കൃതി എഴുതി നിർത്തിയിടത്തുനിന്നും തന്റെ സുഹൃത്ത് മാക്സ് ബ്രോഡ് പൂർത്തിയാക്കുകയുണ്ടായി. കെ തന്റെ ദൗത്യത്തിൽ ഒടുവിൽ വിജയം വരിച്ചതായാണ് ബ്രോഡ് നോവൽ അവസാനിപ്പിക്കുന്നത്.

മാക്സ് ബ്രോഡിന്റെ അഭിപ്രായത്തിൽ സൗധം എന്നത് സ്വർഗ്ഗത്തെയും ദൈവകൃപയെയും പ്രതിനിധീകരിക്കുന്നു. തികച്ചും മതപരമായ ഒരു വ്യാഖ്യാനം നോവലിനു നല്കപ്പെട്ടതിനെപ്പറ്റി ഭിന്നാഭിപ്രായമുയർന്നെങ്കിലും കാഫ്കയുടെ ഉറ്റ സുഹൃത്തും, തന്റെ മനഃസാക്ഷി സൂക്ഷി

പ്പുകാരനുമായിരുന്ന മാക്സ് ബ്രോഡിന്റെ അഭിപ്രായത്തെ കാര്യകാരണസഹിതം പ്രതിരോധിക്കാൻ ആർക്കും കഴിഞ്ഞിട്ടില്ല.

കാഫ്കയുടെ മറ്റൊരു നോവലാണ് *അമേരിക്ക*. തന്റെ ഭാവനയിൽ മാത്രം ദർശിച്ച അമേരിക്കയെ നമുക്കു കാട്ടിത്തരുന്ന ഈ കൃതിയിൽ അമേരിക്കൻ സംസ്കാരവുമായി യോജിച്ചു നീങ്ങാൻ സാധിക്കാത്ത'കാൾ' എന്ന വ്യക്തിയുടെ കഥ പറയുന്നു. ഈ നോവലും കാഫ്ക പൂർത്തിയാക്കുകയുണ്ടായില്ല.

കാഫ്കയുടെ മറ്റു പ്രധാന കൃതികൾ *ഒരു സമരവിവരണം, ഉൾനാടൻ വിവാഹച്ഛമയങ്ങൾ, പീനൽ കോളനിയിൽ, നാട്ടുമ്പുറത്തെ ഡോക്ടർ, അക്കാഡമിയുടെ മുമ്പിലൊരു റിപ്പോർട്ട് പാട്ടുകാരിയായ യോസഫീൻ, നിയമത്തിന്റെ മുന്നിൽ, ഗ്യാലറിയിൽ, ചക്രവർത്തിയുടെ സന്ദേശം* തുടങ്ങിയവയാണ്.

വായനക്കാരെ അമ്പരപ്പിന്റെ ലോകത്തെത്തിക്കുകയും ദുരൂഹമായ സമസ്യകൾ അവതരിപ്പിക്കുകയും, കൃത്യമായ വ്യാഖ്യാനം അസാദ്ധ്യമാക്കുകയും ചെയ്ത കാഫ്ക കൃതികൾ ഇന്നു ധാരാളം വായിക്കപ്പെടുകയും നിരൂപണം ചെയ്യപ്പെടുകയും ചെയ്യുന്നു.

ആൽബേർ കാമു

ജീവിതത്തിന്റെ പൊരുത്തക്കേടുകൾക്ക് അക്ഷരലാവണ്യം നല്കിയ അപൂർവ്വപ്രതിഭ

പത്രപ്രവർത്തകൻ, ചിന്തകൻ, സാഹിത്യകാരൻ എന്നീ നിലകളിൽ ആഗോള പ്രശസ്തി നേടിയ ആൽബേർ കാമു 1913 നവംബർ 7ന് അൾജിയേഴ്സിൽ കോൺസ്റ്റാൻ ടൈൻ പ്രവിശ്യയിൽ ജനിച്ചു. ദരിദ്രകർഷകനായ ലൂസിയൻ കാമുവായിരുന്നു പിതാവ്; മാതാവ് കാതറിൻ സിൻതസും

കാമുവിനു ഒരു വയസ്സുള്ളപ്പോൾ പിതാവ് യൂറോപ്പിലെ യുദ്ധമുന്നണിയിൽ വച്ചു കൊല്ലപ്പെട്ടു. അതോടെ നിരാലംബരായിത്തീർന്ന ആ കുടുംബം മാതാവിന്റെ ജന്മസ്ഥലമായ അൾജിയേഴ്സിലെ ബെൽ കോർട്ടിലേക്കു താമസം മാറ്റി. കുടുംബം പുലർത്താനായി, കാമുവിന്റെ അമ്മ, സമ്പന്ന കുടുംബങ്ങളിൽ അടുക്കളപ്പണിക്കാരിയുടെ ജോലി നോക്കി. പിതാവിന്റെ അഭാവത്തിലും, അമ്മൂമ്മയുടെ കർശന ശിക്ഷണത്തിലാണ് കാമുവും സഹോദരനും ശൈശവം പിന്നിട്ടത്.

1918 ൽ ബെൽകോർട്ടിലെ ഒരു പ്രൈമറി സ്കൂളിൽ കാമു വിദ്യാഭ്യാസം ആരംഭിച്ചു. പഠനത്തിലും കളികളിലും മികവുകാട്ടിയ ആ ബാലൻ അതോടൊപ്പം ഏതു കൂലിപ്പണിയും ചെയ്യുന്നതിനു മടികാട്ടിയില്ല. അവിടെ ലൂയിസ് ജെർമെയിൻ എന്നൊരു അദ്ധ്യാപകന്റെ സ്നേഹപൂർണ്ണമായ കരുതലിലും ശിക്ഷണത്തിലുമാണ് കാമു പ്രാഥമിക വിദ്യാഭ്യാസം പൂർത്തിയാക്കിയത്. 1923 ൽ ഒരു സ്കോളർഷിപ്പോടെ അൾജി

യേഴ്സ് സർവ്വകലാശാലയിൽ ചേർന്ന് കാമു ഉപരിപഠനമാരംഭിച്ചു. ആ കാലത്ത് കലാലയത്തിലെ ഫുട്ബോൾ ടീമിൽ ഗോൾ കീപ്പറായി ആ യുവാവ് തെരഞ്ഞെടുക്കപ്പെട്ടു.

1930 ൽ ബിരുദാനന്തര വിദ്യാഭ്യാസത്തിൽ ഏർപ്പെട്ടിരിക്കുമ്പോഴാണ് താൻ മാരകമായ ക്ഷയരോഗത്തിന്റെ പിടിയിലാണെന്ന യാഥാർത്ഥ്യം കാമു മനസ്സിലാക്കിയത്. രോഗം കാരണം വിദ്യാഭ്യാസം മുടങ്ങുകയും വല്ലാത്ത നൈരാശ്യം കാമുവിനെ പിടുകൂടുകയും ചെയ്തു. താൻ താമസിച്ചിരുന്ന അപ്പാർട്ടുമെന്റിനോടു വിടചൊല്ലിയ അദ്ദേഹം തുടർന്ന് ഇറച്ചിവെട്ടുകാരനായ അമ്മാവനോടൊപ്പം താമസമാരംഭിച്ചു. ഉപജീവനത്തിനായി ട്യൂഷൻ ടീച്ചറായും, ഗുമസ്തനായും ജോലിനോക്കിയ കാമു പിന്നീട് അമ്മാവന്റെ വീട്ടിൽനിന്നും മാറി സ്വതന്ത്രമായി ഒരിടത്തു താവളം കണ്ടെത്തി. തുടർന്ന് ഫിലോസഫി വിദ്യാർത്ഥിയായി അൾജീരിയ യൂണിവേഴ്സിറ്റിയിൽ പേരു രജിസ്റ്റർ ചെയ്യുകയും 1936 ൽ ബി എ പഠനം പൂർത്തിയാക്കി എം എയ്ക്കു ചേരുകയും ചെയ്തു.

'കുടുംബ ജീവിതം ഒരു അസംബന്ധ സമസ്യ'യായി കരുതിയിരുന്നെങ്കിലും ആ യുവാവിന് പല യുവതികളുമായും പ്രണയബന്ധത്തിലാവുന്നതിന് യാതൊരു വൈമുഖ്യവുമുണ്ടായിരുന്നില്ല. 1934 ൽ തന്റെ വിദ്യാഭ്യാസകാലയളവിലാണ് സീമോണഗീ എന്ന യുവതി ആ ജീവിതത്തിലേക്കു കടന്നുവന്നത്. പ്രണയം വിവാഹത്തിൽ കലാശിച്ചെങ്കിലും ഇരുവർക്കും പൊരുത്തപ്പെട്ടു പോകാൻ കഴിയാതിരുന്നതിനാൽ ആ ബന്ധം അകാലത്തിൽ അവസാനിക്കുകയാണുണ്ടായത്. തുടർന്ന് നിരവധി യുവതികളുമായി ചങ്ങാത്തംപുലർത്തിയ കാമു, ഫ്രാൻസിൻ ഫാർ എന്ന യുവതിയെ ജീവിതത്തിലേക്കു ക്ഷണിക്കുകയും, ആ യുവതിയുമായുള്ള ബന്ധത്തിൽ ഇരട്ടക്കുട്ടികളുടെ പിതാവാകുകയും ചെയ്തു. ഇതേ കാലയളവിൽ തന്നെ അൾജീരിയൻ കമ്യൂണിസ്റ്റു പാർട്ടിയുമായി ചേർന്നു പ്രവർത്തിച്ചുതുടങ്ങിയെങ്കിലും ആശയപരമായ പൊരുത്തക്കേടുകൾ കാരണം ഒരു വർഷത്തിനുള്ളിൽ പാർട്ടിയുമായുള്ള ബന്ധം അവസാനിപ്പിച്ചു.

തന്റെ വിദ്യാഭ്യാസ കാലയളവിൽത്തന്നെ സുഹൃത്തുക്കളുമായി ച്ചേർന്ന് അവന്ത് ഗാദ് തിയേറ്റർ പ്രസ്ഥാനം ആരംഭിച്ചിരുന്ന കാമു തന്റെ നാടകസമിതിക്കായി പല നാടകങ്ങളും രചിക്കുകയുണ്ടായി. അതിൽ പ്രധാനമായവ *ക്രോസ് പർപ്പസ്* (1944), *കലിഗുള* (1944), *സ്റ്റേറ്റ് ഓഫ് സീജ്* (1948), *ദി ജസ്റ്റ് അസാസിൻസ്* (1950) എന്നിവയാണ്. ഇവ കൂടാതെ വില്യം ഫോക്നറുടെ *റിക്വാ ഫോർ എനൺ,* ദസ്തയേവ്സ്കിയുടെ *ദ പൊസസ്ഡ്* എന്നീ കൃതികൾക്കും അദ്ദേഹം നാടകാവിഷ്കാരം നല്കി.

സാഹിത്യത്തിലും തത്ത്വചിന്തയിലും കാമുവിനു പ്രത്യേകം താല്പര്യമുണ്ടാകുന്നത് കോളേജു വിദ്യാഭ്യാസകാലത്ത് തന്റെ അദ്ധ്യാപകനായിരുന്ന ജീൻ ഗ്രെനിയറിന്റെ സ്വാധീനംമൂലമാണ്. 1939 മുതൽ സാഹിത്യ രചനയിൽ ഗൗരവമായി ഏർപ്പെട്ടുതുടങ്ങിയ കാമു ആദ്യമായി പ്രസിദ്ധീകരിച്ചത് രണ്ട് ഉപന്യാസസമാഹാരങ്ങളായിരുന്നു. 1939 ൽ തന്നെ *അന്യൻ* എന്ന തന്റെ ശ്രദ്ധേയ നോവലിന്റെ രചനയ്ക്കു തുടക്കംകുറിക്കുകയും

1940 ൽ അതു പൂർത്തിയാക്കുകയുംചെയ്തു. മനുഷ്യാവസ്ഥയെപ്പറ്റിയുള്ള തന്റെ ദാർശനിക നിലപാട് വെളിവാക്കുന്ന ഈ കൃതി ഉള്ളിൽ തിക്കിത്തിരക്കുന്ന ബഹുമുഖ വ്യക്തിത്വങ്ങൾക്ക് ഉടമയായ മർത്ത്യജീവിതത്തിന്റെ സമസ്യകൾ തുറന്നു കാട്ടുന്നു. ജീവിതം എന്നത് തികച്ചും അർത്ഥശൂന്യമായ കടങ്കഥയായിട്ടാണ് നോവലിൽ ചിത്രീകരിക്കുന്നത്.

രണ്ടാം ലോകമഹായുദ്ധം ആരംഭിക്കും മുമ്പ് *അൽജർ റിപ്പബ്ലിക്കൻ* എന്ന പത്രത്തിൽ ചേർന്നു പ്രവർത്തിച്ച കാമു, ജർമ്മൻ അധിനിവേശത്തിനെതിരെ തന്റെ മാതൃരാജ്യത്തിനായി ശബ്ദമുയർത്തി. യുദ്ധത്തിനു ശേഷം *കോമ്പാറ്റ്* എന്ന പത്രത്തിന്റെ എഡിറ്ററായി ചേർന്നു തന്റെ നിലപാടുകൾ പത്രത്തിലൂടെ ജനഹൃദയങ്ങളിൽ പകർന്നു.

ക്രമാനുഗതമായ ജീവിതാവസ്ഥകളോടു നിരന്തരം പോരാടുന്ന സ്വന്തം നിലപാടുകൾക്കു വെളിച്ചംപകരുന്ന കൃതിയാണ് കാമു തുടർന്ന് എഴുതിയ *പതനം* എന്ന നോവൽ. ആധുനിക സദാചാര ബോധത്തിന്റെ കാപട്യം തുറന്നുകാട്ടുകയും ജീവിതം അർത്ഥശൂന്യമായ ഒരു കടങ്കഥയാണെന്ന് കാട്ടിത്തരുകയും ചെയ്യുന്ന ഈ രചന അനുവാചകന്റെ ആത്മസംതൃപ്തിക്കുമേൽ കടുത്ത പ്രഹരമേല്പിക്കാൻ പര്യാപ്തമാണ്. നോവലിനെ പിന്തുടർന്നു പോകുന്ന ഒരാൾക്ക് ഒരളവുവരെ ഇതു തന്റെയും ജീവിതാവസ്ഥയാണെന്നു അനുഭവപ്പെട്ടെന്നുവരാം.

അനുവാചകലോകം ഏറെ ചർച്ചചെയ്ത കാമുവിന്റെ മറ്റൊരു നോവലാണ് 1947 ൽ പ്രസിദ്ധീകരിച്ച *പ്ലേഗ്*. ഏകാകിയും നിസ്സഹായനും പരാജിതനുമായ വ്യക്തിജീവിതത്തിന്റെ വിഹ്വലതകൾ ചിത്രീകരിക്കുന്ന ഈ കൃതി അധികാരത്തിനെതിരായ ചിന്ത വായനക്കാരിൽ നിറയ്ക്കുന്നു. പകർച്ചവ്യാധിക്കടിപ്പെടുന്ന മനുഷ്യന്റെ അന്തസ്സാണ് ഈ കൃതിയിൽ ചർച്ച ചെയ്യപ്പെടുന്നത്.

ഇവകൂടാതെ *മിത്ത് ഓഫ് സിസിഫസ്, ദ റോങ് സൈഡ് ആന്റ് ദ റൈറ്റ് സൈഡ്, നപ്ഷൽസി, എക്സൈൽ ആന്റ് ദ കിങ്ഡം, എ ഹാപ്പി ഡെത്ത്* തുടങ്ങി നിരവധി രചനകൾ കാമുവിന്റേതായുണ്ട്.

1954 ൽ തന്റെ 44-ാം വയസ്സിൽ സാഹിത്യത്തിനുള്ള നോബൽ സമ്മാനം ഈ എഴുത്തുകാരനു ലഭിക്കുകയുണ്ടായി. ഏറെ വിമർശനങ്ങൾക്കു വഴിവച്ചെങ്കിലും ഈ പുരസ്കാരലബ്ധി കാമുവിന്റെ തത്ത്വചിന്താപരവും മൗലികവുമായ കാഴ്ചപ്പാടുകൾക്കുള്ള അംഗീകാരമായി അനുവാചകലോകം അംഗീകരിക്കുകയാണുണ്ടായത്.

ഭാഗ്യവിപര്യയങ്ങളും ആകസ്മികതകളും ഇഴപിരിയാതെ പിന്തുടർന്ന ആ ജീവിതത്തിന് തികച്ചും അവിചാരിതമായി തിരശ്ശീല വീഴുമ്പോൾ കാമുവിനു 47 വയസ്സുമാത്രമേ പ്രായമുണ്ടായിരുന്നുള്ളൂ. 1960 ജനുവരി 4 ന് സെൽസിനും പാരീസിനുമിടയ്ക്കു വച്ചുണ്ടായ ഒരു കാറപകടത്തിൽ വച്ചായിരുന്നു ആ ദാരുണമായ അന്ത്യം. അസംബന്ധ സിദ്ധാന്തം, അസ്തിത്വവാദം തുടങ്ങിയ ചിന്താഗതികൾ ഉത്തുംഗമായ കലാമേന്മയോടെ ലോകത്തിനു സമ്മാനിച്ച ഈ അതുല്യപ്രതിഭ ലോകസാഹിത്യത്തിനു ഒരു വിസ്മയമായി എന്നെന്നും നിലകൊള്ളുന്നു.

ഗബ്രിയേൽ ഗാർസിയ മാർക്വേസ്

ലോകത്തെ കീഴടക്കിയ മാന്ത്രിക സ്പർശം

ഒന്നാന്തരമൊരു കഥപറച്ചിലുകാരനായിരുന്ന രസികനും യുദ്ധവീരനുമായ മുത്തച്ഛൻ, അസാധാരണമായ പ്രതിപാദനമികവുകൊണ്ട് അന്ധവിശ്വാസങ്ങളെയും പഴമ്പുരാണങ്ങളെയും അലംഘനീയ സത്യങ്ങളായി പേരക്കിടാവിനു ചൊല്ലിക്കൊടുത്ത മുത്തശ്ശി; കൂടാതെ എണ്ണമറ്റ ഇളയമ്മമാരും മറ്റും നിറഞ്ഞ കുടുംബം; എല്ലാവരും പകർന്നു നല്കിയ പ്രേതകഥകൾ; അങ്ങനെ പാരമ്പര്യമായി ലഭിച്ച കഥാനിർമ്മിതിയുടെ കരുത്ത്, അവയിൽ നിറഞ്ഞു നിന്നിരുന്ന മാന്ത്രിക സൗന്ദര്യം. ഇവയൊക്കെയായിരുന്നു ഗബ്രിയേൽ ഗാർസിയ മാർക്വേസിനെ ലോകം ശ്രദ്ധിക്കുന്ന എഴുത്തുകാരനാക്കിയത്.

1928 മാർച്ച് 6 ന് വടക്കൻ കൊളംബിയയിലെ അറാക്കറ്റാക്ക എന്ന പട്ടണത്തിലാണ് ഗബ്രിയേൽ ഗാർസിയ മാർക്വേസ് ജനിച്ചത്. എണ്ണമറ്റ സ്ത്രീകളും മുത്തച്ഛനും മുത്തശ്ശിയുമടങ്ങിയ ഒരു ഒറ്റപ്പെട്ട പ്രേതഭവനത്തിലായിരുന്നു മാർക്വേസ് ബാല്യം കഴിച്ചത്. പിതാവ് ഗബ്രിയേൽ ഗാർസിയ നിർദ്ധനനായ ഒരു ടെലിഗ്രാഫ് ഓപ്പറേറ്ററായിരുന്നു. ലൂയീസ് സാന്റിയാഗയായിരുന്നു മാതാവ്. വല്ലാത്ത നാണംകുണുങ്ങിയായിരുന്ന ആ ബാലൻ മുതിർന്നവർ പകർന്നു നല്കിയ അന്ധവിശ്വാസങ്ങളുടെ

തടവിൽ, വീട്ടിൽനിന്നും പുറത്തിറങ്ങാൻ പോലും ഭയപ്പെട്ട് അവിടെ തന്റെ ബാല്യം കഴിച്ചു.

എല്ലാത്തിനും മാറ്റം സംഭവിച്ചത് മുത്തച്ഛന്റെ മരണത്തോടെയായിരുന്നു. അന്ന് മാർക്വേസിനു പ്രായം എട്ടു വയസ്സായിരുന്നു. തുടർന്ന് മാതാപിതാക്കളോടൊപ്പം 'സുതീക്രയിൽ' എന്ന സ്ഥലത്തേക്കു താമസം മാറ്റിയ മാർക്വേസ് അവിടെ മാഗ്ദലി നദീതീരത്തുള്ള ബാരൻ കില്ല എന്ന സ്ഥലത്തെ ബോർഡിങ് സ്കൂളിൽ പഠനം ആരംഭിച്ചു. ചെറുപ്പത്തിൽ തന്നെ കാർട്ടൂൺ വരയ്ക്കുകയും നർമ്മകവിതകളെഴുതുകയും ചെയ്തിരുന്ന മാർക്വേസ് പഠനത്തിൽ സമർത്ഥനും ഗൗരവ പ്രകൃതക്കാരനുമായിരുന്നു.

പ്രാഥമിക വിദ്യാഭ്യാസത്തിനുശേഷം 1940 ൽ ആ ബാലൻ സിപ്പാക്വിറിയ എന്ന നഗരത്തിലെ ഹയർസെക്കന്ററി സ്കൂളിൽ തുടർവിദ്യാഭ്യാസത്തിലേർപ്പെട്ടു.

18–ാം വയസ്സിൽ ബഗോട്ടയിലെ നാഷണൽ യൂണിവേഴ്സിറ്റിയിൽ നിയമപഠനത്തിനായി ചേർന്നെങ്കിലും നിയമപഠനത്തിൽ തീരെ താല്പര്യമില്ലാതിരുന്ന ആ യുവാവ് നിയമത്തിനു പകരം കവിതകൾ വായിച്ചും നഗരത്തിൽ അലഞ്ഞുനടന്നും സമയം ചെലവിട്ടു. പത്രപ്രവർത്തകർ, കലാകാരന്മാർ, ഭരണകൂടത്തിനെതിരെ കലാപത്തിലേർപ്പെട്ടിരുന്നവർ തുടങ്ങി സമൂഹത്തിന്റെ വിവിധ നിലയിലുള്ളവരുമായി ഈ കാലയളവിൽ മാർക്വേസ് സൗഹൃദം സ്ഥാപിച്ചു.

നിയമപഠനത്തിന്റെ നാളുകളിലാണ് ഫ്രാൻസ് കാഫ്കയുടെ 'മെറ്റമോർഫോസിസ്' എന്ന കഥ മാർക്വേസ് വായിക്കാനിടയായത്.

ആ കൃതിയുടെ ഉള്ളടക്കവും ആഖ്യാനവും ഈ യുവാവിൽ വലിയ സ്വാധീനം ചെലുത്തി. തുടർന്ന് സജീവമായി വായനാലോകത്ത് ചുവടുറപ്പിച്ച മാർക്വേസ് കൈയിൽ കിട്ടിയതൊക്കെ വായിച്ചു. 1946 ൽ തന്റെ ആദ്യ രചനയായ 'മൂന്നാമത്തെ രാജി' എന്ന കഥ *ദ സ്പെക്ടേറ്റർ* ദിനപ്പത്രത്തിൽ ശ്രദ്ധേയമായി പ്രസിദ്ധീകരിച്ചു. തുടർന്ന് പത്തു കഥകൾ കൂടി എഴുതി. ഇടയ്ക്കുവച്ച് നിയമപഠനം പുനരാരംഭിച്ചെങ്കിലും മുഴുവൻ സമയവും എഴുത്തിനായി മാറ്റിവച്ചുകൊണ്ട് നിയമപഠനത്തിനു വിരാമം കുറിച്ചു.

ഈ കാലയളവിൽത്തന്നെ *എൽ യൂണിവേഴ്സൽ* എന്ന ദിനപ്പത്രത്തിൽ കോളമെഴുത്തു തുടങ്ങി. 'എൽ ക്രൂപ്പോഡി ബാരൻകില' എന്ന സാഹിത്യസംഘടനയുമായി തുടങ്ങിവച്ച സൗഹൃദം പ്രശസ്തരായ എഴുത്തുകാരുടെ കൃതികളെ അടുത്തറിയാൻ സഹായിച്ചു. ഏണസ്റ്റ് ഹെമിങ്വേ, ജയിംസ് ജോയിസ്, ഫോക്നർ, വുൾഫ് തുടങ്ങിയവരുടെ ഉൽകൃഷ്ട കൃതികളിലൂടെ നടത്തിയ സഞ്ചാരം സാഹിത്യരചനയുടെ തന്ത്രങ്ങൾ മനസ്സിലാക്കാൻ സഹായകമായി.

അറാകറ്റാക്കയിലെ മുത്തച്ഛന്റെ വീട്ടിലേക്ക് അമ്മയോടൊപ്പം തിരിച്ചെത്തിയ മാർക്വേസ്, ആ പഴകി ജീർണ്ണിച്ച പ്രേതഭവനത്തിലിരുന്ന് തന്റെ

പ്രഥമ നോവലായ *കരിയിലക്കാറ്റി*ന്റെ രചനയിൽ മുഴുകി. എന്നാൽ പ്രസാധകർ ആദ്യമത് അച്ചടിക്കാൻ തയ്യാറായില്ല. തുടർന്ന് 1955 ൽ മാർക്വേസ് യൂറോപ്പിലായിരുന്നപ്പോൾ സുഹൃത്തുക്കൾ നോവലിന്റെ കൈയെഴുത്തു പ്രതി കണ്ടെത്തുകയും മറ്റൊരു പ്രസാധകനെക്കൊണ്ട് അത് പ്രസിദ്ധീകരിപ്പിക്കുകയും ചെയ്തു.

എൽ ഹെറാൾഡോ എന്ന പ്രസിദ്ധീകരണത്തിൽ പംക്തികളെഴുതിയിരുന്ന മാർക്വേസ് കുറെക്കാലം എല്ലാം വിട്ടെറിഞ്ഞ് ഗുവാജിറയിൽ ചുറ്റിസഞ്ചരിച്ചു. അവിടെ ഒരു സുഹൃത്തിനോടൊപ്പം *എൻസൈക്ലോപീഡിയ*യുടെ വില്പനയിൽ വ്യാപൃതനായി. അനുഭവങ്ങൾ തേടിയുള്ള ആ യാത്രയിൽ വച്ചാണ് *ലൈഫ്* മാഗസിനിൽ അച്ചടിച്ചുവന്ന ഏണസ്റ്റ് ഹെമിങ്‌വേയുടെ *ഓൾഡ് മാൻ ആന്റ് ദി സീ* എന്ന നോവൽ അദ്ദേഹം വായിച്ചത്. ഒരു ഡൈനാമിറ്റ് പോലെ ഹൃദയത്തിൽ വന്നുതറച്ച ആ ചെറിയ നോവൽ തന്റെ സാഹിത്യജീവിതത്തിന് പുത്തനുണർവ്വുണ്ടാക്കി. ഇതിനിടെ ഹുവാൻ റൂൾഫോയുടെ *പെഡ്രോപരാമോ* എന്ന നോവൽ വായിക്കാനിടയായ മാർക്വേസ് വിസ്മയങ്ങളുടെ ലോകത്തേക്കു എടുത്തെറിയപ്പെട്ടു. ഒറ്റ ഇരുപ്പിൽ തുടർച്ചയായി രണ്ടുതവണ വായിച്ച കൃതിയുടെ വരികൾ ആ മനസ്സിൽ മായാതെ നിലനിന്നു.

ഒരു കൊല്ലത്തെ നാടോടിജീവിതം കഴിഞ്ഞ് അദ്ദേഹം 1953 ൽ ബാരൻക്വിലയിൽ മടങ്ങിയെത്തിയെങ്കിലും അവിടെ പത്രപ്രവർത്തന രംഗത്ത് ഉറച്ചു നില്ക്കാൻ സാധിച്ചില്ല. തുടർന്ന് ബഗോട്ടയിലെത്തുകയും *സ്പെക്ടേറ്റർ* ദിനപ്പത്രത്തിൽ സ്റ്റാഫ് റിപ്പോർട്ടറായി നിയമിതനാവുകയും ചെയ്തു. അവിടെ വച്ച് കൃത്യനിർവ്വഹണത്തിന്റെ ഭാഗമായി ഇറ്റലിയിലേക്കുപോയ മാർക്വേസ് ജനീവ, റോം, പോളണ്ട്, എന്നീ രാജ്യങ്ങളിൽ ചുറ്റിസഞ്ചരിച്ചു.

താൻ ജോലി ചെയ്തിരുന്ന പത്രത്തിന്റെ പ്രസിദ്ധീകരണം നിലച്ചതോടെ മാർക്വേസ് എഴുത്തിന്റെ ലോകത്തിൽ മുഴുകി.

1958 ൽ സ്വദേശത്തേക്കു മടങ്ങിയ അദ്ദേഹം മെഴ്സിഡസ് ബാർച്ചയെ വിവാഹം കഴിച്ചു. തുടർന്നു പല പ്രസിദ്ധീകരണങ്ങളുമായി ബന്ധപ്പെട്ടു പ്രവർത്തിക്കുകയും നോവൽ രചന തുടരുകയും ചെയ്തു.

ഈ കാലമത്രയും സാഹിത്യ രചനയിലേർപ്പെട്ട് പത്തോളം കൃതികൾ പ്രസിദ്ധീകരിച്ചെങ്കിലും കാര്യമായ പ്രശസ്തിയോ, സാമ്പത്തിക നേട്ടമോ നേടാൻ അദ്ദേഹത്തിനായില്ല. 700 പ്രതികളിൽ കൂടുതൽ ഒരു പുസ്തകംപോലും അച്ചടിക്കുകയുണ്ടായില്ല.

1965 ജനുവരിയിൽ കുടുംബത്തോടൊപ്പം അക്കാപ്പുൾക്കോവിലേക്കു നടത്തിയ യാത്രയിൽവച്ച് തികച്ചും അവിചാരിതമായാണ് *ഏകാന്തതയുടെ നൂറു വർഷങ്ങൾ* എന്ന ഇതിഹാസത്തിന്റെ രൂപരേഖ ഒരു മിന്നൽപ്പിണർപോലെ മനസ്സിലേക്കു കടന്നുവന്നത്.

മുത്തശ്ശി പേരക്കിടാവിനു മുന്നിൽ കഥകളവതരിപ്പിക്കുംപോലെ പ്രകൃത്യാതീതവും മനോകല്പിതവുമായ ആവിഷ്കാരഭംഗിയോടെ

തികച്ചും സ്വാഭാവികമായി നോവൽ മനസ്സിൽ ഒഴുകിയെത്തുകയായിരുന്നു. യാത്ര പൂർത്തിയാക്കാതെ വീട്ടിലേക്കു തിരിച്ചുപോയ മാർക്വേസ് എഴുത്തിന്റെ ലോകത്ത് പൂർണ്ണമായി മുഴുകി. ഏതാണ്ട് ഒന്നരവർഷത്തോളമുള്ള നിതാന്ത പരിശ്രമമായിരുന്നു പിന്നെ. വീട്ടുചെലവു നടത്താനാകാതെ വീട്ടുപകരണങ്ങൾ പണയപ്പെടുത്തിയും വില്ക്കാവുന്നവയൊക്കെ വിറ്റും നോവൽ രചന പൂർത്തിയാക്കി. കൃതി ബ്യൂണോസ് അയേഴ്സിലെ ഒരു പ്രസാധകന് അയച്ചുകൊടുത്തു.

1967 ജൂണിൽ *ഏകാന്തതയുടെ നൂറു വർഷങ്ങൾ* പ്രസിദ്ധീകരിക്കപ്പെട്ടു. സാഹിത്യലോകം രണ്ടു കൈയും നീട്ടി സ്വീകരിച്ച നോവൽ മൂന്നു കൊല്ലങ്ങൾക്കുള്ളിൽ അഞ്ചുലക്ഷം പതിപ്പുകളാണ് വിറ്റഴിയപ്പെട്ടത്. ഇരുപത്തഞ്ചിലേറെ ഭാഷകളിലേക്കു വിവർത്തനം ചെയ്യപ്പെട്ട നോവൽ മാജിക്കൽ റിയലിസത്തിന്റെ ഏറ്റവും നല്ല മാതൃകയായി വായനക്കാർ സ്വീകരിച്ചു. തികച്ചും ഒരു മുത്തശ്ശിക്കഥപോലെ മക്കോണ്ട പട്ടണം പടുത്തുയർത്തിയ ജോസ് ആർക്കേഡിയോ ബ്യൂയെൻഡിയ തുടങ്ങി അഞ്ചു തലമുറകളിലായി പരന്നു വികസിച്ച ബ്യൂയെൻഡിയ കുടുംബത്തിന്റെ ഇതിഹാസം മാന്ത്രികചാരുതയോടെ ആവിഷ്കരിച്ച കൃതി എന്നെന്നും പുതുമയോടെ അനുവാചകരെ ആകർഷിച്ചുകൊണ്ടിരിക്കുന്നു. നിരവധി പുരസ്കാരങ്ങൾ വാരിക്കൂട്ടിയ നോവലിന് 1982 ലെ സാഹിത്യത്തിനുള്ള നോബൽ സമ്മാനം ലഭിക്കുകയുണ്ടായി.

ഇരുപതിലേറെ പുസ്തകങ്ങൾ എഴുതിയ മാർക്വേസിന്റെ പ്രധാന കൃതികൾ, *നോവൺ റൈറ്റ്സ് ടു ദി കേണൽ, ബിഗ്മാമാസ് ഫ്യൂണറൽ, കുലപതിയുടെ ശരത്ക്കാലം, ദി ക്രോണിക്കിൾ ഓഫ് എ ഡെത്ത് ഫോർടോൾഡ്, ലവ് ഇൻദി ടൈം ഓഫ് കോളറ, സ്ട്രേഞ്ച് പിൽഗ്രിംസ്, ലവ് ആന്റ് അദർ ഡെമൺസ് മെമ്മറീസ് ഓഫ് മൈ മെലങ്കളി വാഴ്സ്* തുടങ്ങിയവയാണ്.

എഴുതിയും സാഹിത്യചർച്ചകളിൽ പങ്കെടുത്തും ധാരാളം സഞ്ചരിച്ചും തന്റെ മാന്ത്രിക പരിവേഷം കാത്തുസൂക്ഷിച്ച, സാഹിത്യലോകത്തെ ഈ കുലപതി 2014 ഏപ്രിൽ 17 ന് തന്റെ 87-ാം വയസ്സിൽ നിത്യമായ ഏകാന്തതയിലേക്കു പോയിമറഞ്ഞു.

ഏണസ്റ്റ് ഹെമിങ്‌വേ

ഒറ്റ കൃതികൊണ്ട് ഉയരങ്ങൾ താണ്ടിയ സാഹസികൻ

അതിസാഹസികനായ ഒരു ബാലൻ, മാതാപിതാക്കളിൽ നിന്നും തികഞ്ഞ അവഗണന ഏറ്റുവാങ്ങി, സ്വന്തം ജീവിതവഴി കളിലൂടെ സഞ്ചരിച്ച് ലോകസാഹിത്യത്തിലെ അമരക്കാരനായ കഥയാണ് ഏണസ്റ്റ് ഹെമിങ്‌വേയുടേത്.

1899 ജൂലൈ 21 ന് ചിക്കാഗോയിലെ ഇല്ലിനോയിസ് എന്ന സ്ഥലത്ത് ജനിച്ച ഏണസ്റ്റ് ഹെമിങ്‌വേയുടെ പിതാവ് ക്ലാരൻസ് എഡ്മൺഡ്സ് ഹെമിങ്‌വേ ഒരു ഡോക്ടറായിരുന്നു. മാതാവ് ഗ്രേസ്ഹാൾ ഒരു സംഗീതജ്ഞയും. താമസസ്ഥലത്ത് പിതാവിനു സ്വന്തമായൊരു ചികിത്സാലയവും മാതാവിനു മ്യൂസിക് സ്റ്റുഡിയോയുമുണ്ടായിരുന്നു. സമർത്ഥനായ വേട്ടക്കാരനും ചൂണ്ടക്കാരനുമായിരുന്ന പിതാവ് തന്റെ മകനും ആ വഴികൾ പിന്തുടരാനാഗ്രഹിച്ചു. നാലുവയസ്സു പ്രായമുള്ള കൊച്ചു ഹെമിങ്‌വേയേയും തന്റെ സാഹസികയാത്രയിൽ പിതാവ് ഒപ്പം കൂട്ടിയിരുന്നു. അതിരുകടന്ന സാഹസികത, കാടിന്റെ വന്യതയിലെ ഒറ്റപ്പെടൽ എന്നിവ ആ യാത്രകളിൽത്തന്നെ ബാലന്റെ കുരുന്നു മനസ്സിൽ സ്ഥാനംപിടിച്ചു. തന്റെ മകൻ അറിയപ്പെടുന്ന ഒരു സംഗീതജ്ഞനും കടുത്ത ഈശ്വരവിശ്വാസിയുമാകണമെന്ന് ആഗ്രഹിച്ച മാതാവ് ബാലനെ തന്റെ വഴിയിലൂടെ സഞ്ചരിക്കാൻ പ്രേരണയേകി.

എന്നാൽ വ്യത്യസ്ത ചിന്താഗതിക്കാരായ മാതാപിതാക്കളിൽനിന്നും കടുത്ത അവഗണന ഏറ്റുവാങ്ങേണ്ടിവന്ന ഏണസ്റ്റ് പലപ്പോഴും വീടുപേക്ഷിച്ച് തെരുവിൽ അഭയം കണ്ടെത്തിയിരുന്നു. നന്നെ ചെറുപ്പത്തിൽ തന്നെ തെരുവിലെ പരുക്കൻ ജീവിതം അനുഭവിച്ചറിഞ്ഞ ആ ബാലൻ തെരുവിലെ ജോലികളിൽ ഏർപ്പെടാൻ മടികാട്ടിയിരുന്നില്ല.

വളരെ നീണ്ട വിദ്യാഭ്യാസമുണ്ടായില്ലെങ്കിലും സ്കൂൾ പഠനകാലത്ത് ഏണസ്റ്റ് സ്കൂളിലെ കായികവിനോദങ്ങളിൽ ഏർപ്പെട്ടിരുന്നു. സാഹസികനായ ആ ബാലന് ഏറെ താല്പര്യം ബോക്സിങ്ങിനോടായിരുന്നു. അമ്മയിൽനിന്നുള്ള പ്രചോദനം കൊണ്ടാവാം സ്കൂൾ ഓർക്കസ്ട്രയിൽ സഹോദരി മാഴ്സെലിനോടൊപ്പം പങ്കെടുക്കാൻ ഏണസ്റ്റ് സമയം കണ്ടെത്തി. 'ഫാന്നീ ബിഗ്സ്' എന്ന പ്രശസ്ത പത്രപ്രവർത്തകനു കീഴിൽ സ്കൂൾപഠനകാലത്തുതന്നെ പത്രപ്രവർത്തനത്തിന്റെ ബാലപാഠങ്ങൾ അഭ്യസിച്ച ഹെമിങ്‌വേ സ്കൂൾ പ്രസിദ്ധീകരണങ്ങളിലാണ് ആദ്യമായി എഴുതിത്തുടങ്ങിയത്.

സ്കൂൾ വിദ്യാഭ്യാസം കഴിഞ്ഞ് *കാൻസാസ് സിറ്റിസ്റ്റാർ* എന്ന പ്രസിദ്ധീകരണത്തിൽ സബ് എഡിറ്ററായി അദ്ദേഹം ജോലിയിൽ പ്രവേശിച്ചു. ആറുമാസം മാത്രമേ അവിടെ തുടർന്നുള്ളൂവെങ്കിലും നല്ല ഭാഷയിൽ കൊച്ചു കൊച്ചു വാക്യങ്ങളിൽ ആകർഷകമായി എഴുതുന്നതിന് അവിടെ വച്ച് ഹെമിങ്‌വേ പരിശീലിച്ചു.

ഒന്നാം ലോകമഹായുദ്ധം പൊട്ടിപ്പുറപ്പെടുമ്പോൾ ആ യുവാവിന് 18 വയസ്സായിരുന്നു. യുദ്ധമുന്നണിയിൽ പോരാളിയായി ചേരുവാനാശിച്ച് അയാൾ അധികൃതരെ സമീപിച്ചെങ്കിലും പരിശോധനയിൽ കാഴ്ചത്തകരാറു കണ്ടെത്തിയതിനാൽ അവിടെ പ്രവേശനം ലഭിച്ചില്ല. തുടർന്നു കുറച്ചുനാൾ പത്രപ്രവർത്തകനായി കുറ്റകൃത്യങ്ങളും കൊലപാതകങ്ങളും റിപ്പോർട്ടുചെയ്യുന്ന ലേഖകനായി ജോലി നോക്കി.

സാഹസികനായ ആ യുവാവ് യുദ്ധഭൂമിയിലെ ആംബുലൻസ് ഡ്രൈവറായി ജോലിയിൽ ചേരുകയും യുദ്ധമുന്നണിയിലെ ക്രൂരതയ്ക്കും രക്തച്ചൊരിച്ചിലിനും മരണങ്ങൾക്കും ദൃക്സാക്ഷിയാവുകയും ചെയ്തു. കാഴ്ചകളിൽ പരമാവധി നിസ്സംഗത കാത്തു സൂക്ഷിച്ചിരുന്ന ഹെമിങ്‌വേക്കു യുദ്ധഭൂമിയിൽ കാട്ടിയ ധീരതയ്ക്ക് അധികൃതരിൽ നിന്നും കീർത്തിമുദ്ര ലഭിക്കുകയുണ്ടായി. എന്നാൽ യുദ്ധ മുന്നണിയിൽനിന്നും മാരകമായ മുറിവുകൾ ഏറ്റുവാങ്ങേണ്ടിവന്നതിനാൽ അവിടെ അധികനാൾ തുടരാൻ കഴിഞ്ഞില്ല.

യുദ്ധഭൂമിയിലെ തിക്താനുഭവങ്ങളും പേറി ഹെമിങ്‌വേ ചിക്കാഗോവിലേക്കു യാത്ര തിരിച്ചു. അവിടെവച്ച് പ്രശസ്തരായ പല എഴുത്തുകാരുമായുണ്ടായ പരിചയം തന്റെ പില്ക്കാല രചനാജീവിതത്തിൽ ഏറെ സ്വാധീനം ചെലുത്തുകയുണ്ടായി.

1921 ൽ ഹാർഡ്‌ലി റിച്ചാർഡ്സൺ എന്ന പത്രലേഖികയെ അദ്ദേഹം ജീവിതസഖിയാക്കി. തുടർന്നു പാരീസിൽ പത്രലേഖകനായി ജോലി സ്വീകരിച്ചു. അവിടെ വച്ച് ധാരാളം പുതിയ എഴുത്തുകാരെ പരിചയപ്പെടാനിടയായതത് നവീനമായ രചനാവഴികൾ പരിശീലിക്കാൻ സാഹചര്യമൊരുക്കി. 1927 ൽ ഹെമിങ്‌വേ ആദ്യ ഭാര്യയിൽനിന്നും വിവാഹമോചനം

നേടി. അതിനുശേഷം പല കാലങ്ങളിലായി മൂന്നു യുവതികൾ അദ്ദേഹ വുമായി ദാമ്പത്യജീവിതം പങ്കിട്ടു.

നിർണ്ണായക നിമിഷങ്ങളിൽ മനുഷ്യൻ അനുഭവിക്കേണ്ടിവരുന്ന ഏകാന്തത മുഖ്യപ്രമേയമായി സ്വീകരിച്ച ഹെമിങ്‌വേ ഇരുപത്തഞ്ചോളം കൃതികൾ രചിക്കുകയുണ്ടായി. അവയിൽ നോവൽ, ചെറുകഥാസമാഹാരം, ലേഖനങ്ങൾ എന്നിവ ഉൾപ്പെടുന്നു. പ്രധാന നോവലുകൾ *ആയുധങ്ങളേ വിട, മണിമുഴങ്ങുന്നതാർക്കുവേണ്ടി, ആഫ്രിക്കയിലെ പച്ചക്കുന്നുകൾ, പുഴ കടന്ന് മരങ്ങളുടെ ഇടയിലേക്ക്, കിഴവനും കടലും* എന്നിവയാണ്.

ഏണസ്റ്റ് ഹെമിങ്‌വേയുടെ പ്രശസ്തി ലോകം മുഴുവൻ പരക്കുവാൻ ഇടയായത് തന്റെ *കിഴവനും കടലും* എന്ന നോവലിന്റെ പ്രസിദ്ധീകരണത്തിനു ശേഷമാണ്. ഏറ്റവും കുറച്ചു പേജുകളിൽ, പരിമിതമായ കഥാപാത്രങ്ങളോടെ രചിക്കപ്പെട്ട ഈ കൃതി അതിസാഹസികനും വൃദ്ധനുമായ സാന്റിയാഗോ എന്ന മുക്കുവനും സമുദ്രവും തമ്മിലുള്ള പോരാട്ടത്തിന്റെ ആഖ്യാനമാണ്. വൃദ്ധനും മനോളിൻ എന്ന ബാലനുമായി ചൂണ്ടയിടാൻ കടലിലേക്കു യാത്ര നടത്തുന്നു. എൺപത്തിനാലു ദിവസം കടലിൽ ചുറ്റിയടിച്ചിട്ടും മീനൊന്നും ചൂണ്ടയിൽ കുരുങ്ങുന്നില്ല; മടുത്തു പിന്മാറാതെ കിഴവൻ ആഴക്കടലിലേക്കു യാത്രയാകുന്നു. യാത്രയുടെ ആരംഭത്തിൽ തന്നോടൊപ്പമുണ്ടായിരുന്ന മനോളിൻ എന്ന ബാലൻ ഇടയ്ക്കു വച്ച് കിഴവനെ ഉപേക്ഷിച്ചു മടങ്ങിപ്പോയിരുന്നു.

ദിവസങ്ങൾക്കുശേഷം ഒരു കൂറ്റൻ സ്രാവ് വൃദ്ധന്റെ ചൂണ്ടയിൽ കുരുങ്ങുന്നു. മൂന്നു ദിവസത്തെ കഠിന ശ്രമഫലമായി വളരെ ക്ലേശിച്ച് വൃദ്ധൻ ആ കൂറ്റൻ മത്സ്യത്തെ വകവരുത്തി വള്ളത്തോടു ചേർത്തു ബന്ധിക്കുന്നു. ദേഹമാകെ മുറിവുകളോടെ ക്ഷീണിച്ചു തളർന്ന വൃദ്ധൻ മത്സ്യവുമായി കരയിലേക്കുള്ള മടക്കയാത്ര ആരംഭിച്ചു. എന്നാൽ കൂറ്റൻ സ്രാവുകൾ ഓരോന്നായി പാഞ്ഞുവന്ന് മത്സ്യത്തിന്റെ മാംസം തിന്നുതുടങ്ങി. കിഴവൻ തന്റെ കൈയിലുണ്ടായിരുന്ന ആയുധങ്ങളുപയോഗിച്ച് സ്രാവുകളോടുള്ള പോരാട്ടം തുടർന്നു. ഒടുവിൽ സ്രാവുകളെയെല്ലാം വൃദ്ധൻ വകവരുത്തുന്നു; ഒപ്പം കിഴവന്റെ കൈയിലെ ആയുധങ്ങളും നഷ്ടമാവുന്നു. സ്രാവിന്റെ അസ്ഥികൂടവുമായി മുറിവേറ്റു തളർന്ന് വൃദ്ധൻ തീരത്തണയുന്നു. വീട്ടിലെത്തി സിംഹങ്ങളെ സ്വപ്നംകണ്ട് തളർന്നുറങ്ങുന്ന വൃദ്ധനെ ആരാധനയോടെ നോക്കി നില്ക്കുകയാണ് മനോളിൻ എന്ന ബാലൻ. വൃദ്ധനുമായി തുടർന്നു നടത്തേണ്ട സാഹസികയാത്രകളെക്കുറിച്ചുള്ള ചിന്തയാണ് അവന്റെ മനസ്സുനിറയെ.

മനുഷ്യനും പ്രകൃതിയും തമ്മിലുള്ള പോരാട്ടത്തിൽ തകർന്നടിയുന്ന മനുഷ്യന്റെ കഥ ഒരു ചിമിഴിലൊതുക്കി അവതരിപ്പിക്കുകയാണ് ഇവിടെ നോവലിസ്റ്റ്. 1952 ലാണ് *കിഴവനും കടലും* പ്രസിദ്ധീകരിച്ചത്.

നോവലിന്റെ പിറവിയോടെ പ്രശസ്തിയുടെ കൊടുമുടിയിൽ എത്തപ്പെട്ട ഹെമിങ്‌വേയ്ക്ക് 1954 ൽ സാഹിത്യത്തിനുള്ള നോബൽ സമ്മാനം ലഭിച്ചു. തുടർന്ന് ആഫ്രിക്കയിലേക്കു പോയ അദ്ദേഹം, അവിടെവച്ച് വിമാനാപകടത്തിൽപ്പെട്ട് ശാരീരികമായി അവശനിലയിൽ എത്തിപ്പെടുകയും 1961 ൽ ഇസഹോവിൽവച്ച് ജീവിതം അവസാനിപ്പിക്കുകയുമാണുണ്ടായത്.

ലിയോ ടോൾസ്റ്റോയ്

പ്രശസ്തിക്കു നടുവിൽ എല്ലാം ത്യജിച്ച സമ്പന്നനായ പ്രഭുകുമാരൻ

റഷ്യയിലെ ഏറ്റവും സമ്പന്നനായ പ്രഭുകുമാരൻ, ലോകപ്രശസ്തനായ സാഹിത്യകാരൻ, തന്റെ രചനകളിൽനിന്നും ലഭിച്ച ഭീമമായ റോയൽറ്റിയും കുടുംബസ്വത്തുമെല്ലാം ഉപേക്ഷിച്ച് വീടുവിട്ടിറങ്ങി തെരുവിൽ ജീവനൊടുക്കിയ അത്യപൂർവ്വ അനുഭവം. അതായിരുന്നു ലോകാരാദ്ധ്യനായ റഷ്യൻ എഴുത്തുകാരൻ ലിയോ ടോൾസ്റ്റോയിയുടേത്.

സമൃദ്ധിയുടെയും പ്രശസ്തിയുടെയും നടുവിൽ ക്രിസ്തുദർശനത്തിന്റെ ലാളിത്യം ജീവനിൽ പകർത്തി എന്നാൽ ക്രൈസ്തവ സഭയുമായി നിരന്തരം പോരടിച്ച് സഭയിൽനിന്നും പുറത്താക്കപ്പെട്ട ആ മനുഷ്യസ്നേഹി പകർന്നുനല്കിയ ലാളിത്യത്തിന്റെ സന്ദേശം ലോകത്തിനാകെ എന്നെന്നും മാതൃകയായി.

ജീവിതമൊട്ടാകെ പരീക്ഷണമായി കണ്ട അദ്ദേഹം അതിരുകടന്ന സാഹസികതയെ തന്റെ സഹയാത്രികനാക്കി. 1828 ആഗസ്ത് 28ന് യാത്നായ പോളിയാന എന്ന സ്ഥലത്താണ് ടോൾസ്റ്റോയി ജനിച്ചത്. ശൈശവത്തിൽ തന്നെ അച്ഛനമ്മമാർ നഷ്ടപ്പെട്ട ടോൾസ്റ്റോയിയെ വളർത്തിയത് ബന്ധുജനങ്ങളാണ്.

പഠനത്തിൽ പിന്നാക്കമായിരുന്ന ആ ബാലൻ ഇടയ്ക്കുവച്ചു വിദ്യാ

ഭ്യാസം നിർത്തി വീട്ടിലേക്ക് മടങ്ങിവന്ന് സ്വയം വിദ്യാഭ്യാസം തുടരാനും എസ്റ്റേറ്റിന്റെ മേൽനോട്ടം വഹിക്കാനും ശ്രമിച്ചു. ശ്രമം വിജയകരമാവുന്നില്ലെന്ന് കണ്ട് ടോൾസ്റ്റോയ് ഗ്രാമോദ്ധാരണ പ്രവർത്തനങ്ങളിലേക്കു ഇറങ്ങിത്തിരിച്ചു. എന്നാൽ ഗ്രാമീണർ തന്റെ ശ്രമങ്ങളെ വേണ്ടവിധം ശ്രദ്ധിക്കുന്നില്ലെന്നു കണ്ട് ആ ഉദ്യമത്തിൽനിന്നും പിന്തിരിഞ്ഞു. അവിടെനിന്നും നേരേ മോസ്ക്കോയിലേക്കു പോയി ആർഭാടജീവിതത്തിൽ മുഴുകിയ ടോൾസ്റ്റോയി ചുരുങ്ങിയ കാലംകൊണ്ട് വസ്തുവകകളിൽ നല്ലൊരു ഭാഗം നഷ്ടമാക്കി.

1852 ൽ ടോൾസ്റ്റോയി സൈന്യത്തിൽ ചേർന്നു. അവിടെ വച്ചാണ് അദ്ദേഹം *ശൈശവം* എന്ന നോവൽ രചിച്ചത്. ക്രിമിയൻ യുദ്ധകാലത്തെ യുദ്ധമുന്നണിയിലെ അനുഭവങ്ങളെ ആസ്പദമാക്കി എഴുതിയ കൃതിയാണ് *സെവാസ്റ്റപ്പൂൾ സ്കെച്ചുകൾ*. തുടർന്ന് *ബാല്യം, റ്റൂ ഹുസാർഡ്സ്, യൗവനം* തുടങ്ങിയ കൃതികൾ പുറത്തുവന്നു. യുദ്ധമുന്നണിയിൽ നിന്നും സ്വന്തം നാട്ടിൽ തിരിച്ചെത്തുമ്പോൾ അദ്ദേഹം അറിയപ്പെടുന്ന എഴുത്തുകാരനായിത്തീർന്നിരുന്നു.

1857 ൽ ടോൾസ്റ്റോയി വിദേശപര്യടനത്തിനു പുറപ്പെടുകയും ഫ്രാൻസ്, ജർമ്മനി, സ്വിറ്റ്സർലന്റ് എന്നീ നാടുകൾ സന്ദർശിക്കുകയും ചെയ്തു. നാട്ടിൽ തിരിച്ചെത്തിയ അദ്ദേഹം വിദ്യാഭ്യാസരംഗത്തു പരീക്ഷണങ്ങളിലേർപ്പെടുകയും കർഷകബാലന്മാർക്കുവേണ്ടി വിദ്യാലയങ്ങൾ ആരംഭിക്കുകയും ചെയ്തു. വിദ്യാഭ്യാസ തത്ത്വങ്ങളെപ്പറ്റി പഠനം നടത്തുന്നതിന് 1860 ൽ രണ്ടാമതും യൂറോപ്യൻ പര്യടനത്തിലേർപ്പെട്ടു. തന്റെ വിദ്യാഭ്യാസ പരീക്ഷണങ്ങളോട് റഷ്യൻ ഭരണകൂടത്തിൽനിന്നും നേരിട്ട എതിർപ്പുകളെത്തുടർന്ന് പരീക്ഷണങ്ങൾക്കു വിരാമംകുറിച്ചു. കുടുംബജീവിതത്തിലേക്കായിരുന്നു ടോൾസ്റ്റോയി തുടർന്നു പ്രവേശിച്ചത്. 1862 ലായിരുന്നു വിവാഹം. തന്നേക്കാൾ പതിനഞ്ച് വയസ്സ് പ്രായക്കുറവുള്ള സോഫിയ ആന്ദ്രയേവ്നയെ അദ്ദേഹം തന്റെ ജീവിതപങ്കാളിയാക്കി. ഒരു പ്രണയവിവാഹമായിരുന്നു അത്. ഏറ്റവും കൂടുതൽ പരസ്പരം ഇഷ്ടപ്പെടുകയും, കൊച്ചുകൊച്ചു കലഹങ്ങളിൽ പ്രക്ഷുബ്ധമാവുകയും ചെയ്ത ദാമ്പത്യമായിരുന്നു അവരുടേത്. 'ലോകമേ തറവാട്' എന്ന ആദർശസങ്കല്പങ്ങളിൽ, റഷ്യൻ ജനതയ്ക്കായി തന്റെ ജീവിതം ഉഴിഞ്ഞുവച്ച ഭർത്താവിൽനിന്നും കുടുംബത്തിനു മതിയായ പരിരക്ഷ ലഭിക്കുന്നില്ലെന്ന അസ്വാരസ്യങ്ങളിൽനിന്നു ഉടലെടുത്തതായിരുന്നു ആ ആദർശ കുടുംബിനിയുമായുണ്ടായ കലഹങ്ങൾ. എന്നാൽ തന്റെ പ്രശസ്ത കൃതികളായ *യുദ്ധവും സമാധാനവും, അന്നാകരിനീന* എന്നിവയുടെ രചനയിൽ പ്രിയതമയുടെ അകമഴിഞ്ഞ സഹകരണം അദ്ദേഹത്തിനു ലഭിക്കുകയുണ്ടായി.

1863 ലാണ് *കൊസാക്കുകൾ* എന്ന നോവൽ ടോൾസ്റ്റോയ് രചിച്ചത്. വായനക്കാർ ആവേശപൂർവ്വം ഏറ്റുവാങ്ങിയ ഈ കൃതി തന്റെ ശ്രദ്ധേയ രചനകളിലൊന്നായി കണക്കാക്കപ്പെടുന്നു.

ടോൾസ്റ്റോയിയെ ലോകം അറിയപ്പെടുന്ന എഴുത്തുകാരുടെ നിര യിലേക്കുയർത്തിയ കൃതികളാണ് *യുദ്ധവും സമാധാനവും, അന്നാകരി നീന* എന്നീ നോവലുകൾ. 1863-1877 കാലഘട്ടത്തിൽ എഴുതപ്പെട്ട ഇവ ദീർഘകാലത്തെ പഠനം, ആഴമേറിയ ജീവിതനിരീക്ഷണം കഠിനാദ്ധ്വാനം എന്നിവയുടെ ഫലമായി പിറവി എടുത്ത അമൂല്യ കലാസൃഷ്ടികളായി കരുതപ്പെടുന്നു.

യുദ്ധവും സമാധാനവും

1863 ൽ ആരംഭിച്ച നോവൽരചന പൂർത്തിയാവുന്നത് 1869 ലാണ്. ഒരു കാലഘട്ടത്തിലെ ഒരു സമൂഹത്തിന്റെ കഥ സമഗ്രമായി പ്രതിഫലി പ്പിക്കുന്ന ഈ കൃതിയിലെ ഇതിവൃത്തത്തിന് പരപ്പും ഗാംഭീര്യവും വൈചി ത്ര്യവും കൂടുതലാണ്. നിസ്സംഗവും വസ്തുനിഷ്ഠവുമായ ജീവിതാവി ഷ്കാരത്തോടൊപ്പം കൃതി ആത്മനിഷ്ഠമായ തലത്തിലേക്കും ഉയരുന്നു ണ്ട്. പലതും തകർത്തും തകർന്നും മുന്നോട്ടു നീങ്ങുന്ന ഇതിഹാസം ഒടുവിൽ പ്രശാന്തിയിൽ ചെന്നെത്തുന്നു. കഥാപാത്രങ്ങളുടെ ബാഹുല്യം, പല വശങ്ങളിലൂടെയുള്ള വീക്ഷണം, പ്രമേയങ്ങളുടെ നാനാത്വം ഇവ ഈ ബൃഹത്രചനയെ വേറിട്ടതാക്കുന്നു.

യുദ്ധം സൃഷ്ടിക്കുന്ന അതിഭീകരവും ദയനീയവുമായ ജീവിതാവ സ്ഥകൾ ആവിഷ്കരിക്കുക മാത്രമല്ല നോവലിസ്റ്റു ചെയ്യുന്നത്; തന്നോടും ചുറ്റുപാടിനോടും സദാ യുദ്ധത്തിലേർപ്പെട്ടിരിക്കുന്ന നോവലിലെ കഥാപാത്രങ്ങൾ അവസാനം സമാധാനത്തിലെത്തിച്ചേരുന്നതു നാം കാണുന്നു. പല തലത്തിലുള്ള വ്യാഖ്യാനങ്ങൾക്കും വഴിതെളിച്ചുകൊണ്ട് നോവൽ അദ്ദേഹത്തിന്റെ കാലശേഷവും ജൈത്രയാത്ര തുടരുന്നു.

അന്നാകരിനീന

1873 മുതൽ 1877 വരെയുള്ള നാലുവർഷങ്ങൾ കൊണ്ട് എഴുതി ത്തീർത്ത ഈ നോവൽ ടോൾസ്റ്റോയിയുടെ ഏറ്റവും മികച്ച രചനയായി കണക്കാക്കപ്പെടുന്നു. കഥാപാത്രങ്ങളുടെ മനസ്സിന്റെ അതൃഗാധതകളി ലേക്ക് ഇറങ്ങിച്ചെല്ലുന്ന നോവലിസ്റ്റ് മനസ്സിന്റെ ഉള്ളറകൾ അനാവരണം ചെയ്യാനാണ് ശ്രദ്ധ ചെലുത്തിയിരിക്കുന്നത്. മനുഷ്യ വികാരങ്ങളുടെ സഞ്ചാരത്തിന്റെ അതിസൂക്ഷ്മമായ ആവിഷ്കരണം നോവലിനെ ഉന്നത തലങ്ങളിലെത്തിക്കുന്നു. മൃഗതൃഷ്ണകൾ തേടിപ്പോയി ദുരന്തം വരി ക്കുന്ന നിസ്സഹായരായ കഥാപാത്രങ്ങളെ നോവലിൽ ദർശിക്കാം. ജീവി തത്തിന്റെ ഒഴുക്ക് അനിവാര്യമാക്കുന്ന വഴിത്തിരിവുകൾ അനുഭവവേദ്യ മായി ആവിഷ്കരിക്കുകയാണിവിടെ. ചീകിയൊതുക്കി കെട്ടിമുറുക്കിയ കഥാശില്പം നോവലിന്റെ സ്വീകാര്യത വർദ്ധിപ്പിക്കുന്നു.

ഈ രണ്ടു കൃതികളുടെയും പ്രസിദ്ധീകരണം ടോൾസ്റ്റോയിയുടെ പ്രശസ്തി ലോകമെമ്പാടും പരക്കാൻ സഹായിച്ചു. മഹത്തായ രണ്ടു

കൃതികളുടെ രചനയ്ക്കുശേഷം തനിക്കുണ്ടായ പ്രശസ്തിയോ സാമ്പത്തിക നേട്ടങ്ങളോ നോവലിസ്റ്റിൽ യാതൊരു സ്വാധീനവും ഉണ്ടാക്കിയില്ല. ഈ കാലഘട്ടത്തിൽ അദ്ദേഹം സ്വയം ആത്മപരിശോധനയ്ക്കു വിധേയനായി. തുടർന്നു *ബൈബിളി*ലെ പുതിയനിയമത്തിൽ തന്റെ പല സമസ്യകൾക്കും ഉത്തരം കണ്ടെത്തിയ ടോൾസ്റ്റോയി തുടർന്നെഴുതിയ കൃതികൾ ജീവിതത്തിന്റെ മഹത്വം കണ്ടറിഞ്ഞ ഈശ്വരാന്വേഷി നല്കുന്ന പ്രബോധനങ്ങളുടെയും സാരോപദേശങ്ങളുടെയും രചനകളായിരുന്നു. ഈ കാലഘട്ടത്തിലാണ് 1878–79 ൽ *എ കൺഫെഷൻ* എന്ന കൃതി എഴുതിയത്.

ജീവിതത്തെയും കലാസൃഷ്ടിയെയും സംബന്ധിച്ച് ടോൾസ്റ്റോയി ആവിഷ്കരിച്ച പുതിയ സമീപനം തുടർന്നുരചിച്ച കൃതികളിലൊക്കെ കാണാൻ കഴിയും. ഇവയിൽ ഏറ്റവും പ്രാധാന്യമേറിയത് *ഉയിർത്തെഴുന്നേല്പ്* എന്ന നോവലാണ്. തുടർന്നു *ബൈബിളി*ലെ നീതികഥകളെ അനുസ്മരിപ്പിക്കുന്ന നിരവധി ഗുണപാഠ കഥകൾ അദ്ദേഹം രചിച്ചു. *ദി ഡെവിൾ, ക്രറ്റ്സർ സോണറ്റ* എന്നിവ ഈ കാലഘട്ടത്തിലെഴുതിയ രണ്ടു കൃതികളാണ്.

ജീവിതത്തെപ്പറ്റി തികച്ചും ലളിതവും പ്രകാശമാനവുമായ വ്യാഖ്യാനങ്ങളിൽ ആശ്വാസം തേടിയ അദ്ദേഹം തന്റെ സ്വത്തുക്കളെല്ലാം കുടുംബാംഗങ്ങൾക്കു നല്കുകയും ഒന്നുമില്ലാത്തവനായി കർഷകരോടൊത്തു പണി എടുത്തും കൂലിപ്പണിയിലേർപ്പെട്ടും തന്റെ അന്ത്യനാളുകൾ ചെലവഴിക്കുകയും ചെയ്തു. ഒടുവിൽ ഒന്നുമില്ലാത്തവനായി ഒരു ചെറിയ റെയിൽവേ സ്റ്റേഷനിൽ എത്തിപ്പെട്ട് ആ സ്റ്റേഷൻമാസ്റ്ററുടെ വസതിയിൽവച്ച് 1910 നവംബറിൽ ആ മഹത് ജീവിതത്തിനു തിരശ്ശീല വീണു.

മനുഷ്യമനസ്സിന്റെ സങ്കീർണ്ണതകൾ മാന്ത്രികചാരുതയോടെ ചിത്രീകരിച്ച്, ഒടുവിൽ സ്വന്തമായതെല്ലാം ത്യജിച്ച് മഹത്വത്തിന്റെ പ്രകാശ തീരമണഞ്ഞ ആ പ്രഭുകുമാരൻ ഇന്നും മനുഷ്യമനസ്സുകളിൽ ഒരു കടങ്കഥയായി ജീവിക്കുന്നു.

ഫയദോർ ദസ്തയേവ്സ്കി

ചെകുത്താനും ദൈവവുമായി ജീവിച്ച മഹാപ്രതിഭ

ഒരേസമയം ചെകുത്താനും ദൈവവുമായി ജീവിച്ച മഹാപ്രതിഭ, ഫയദോർ ദസ്തയേവ്സ്കി 1821 നവംബർ 11 ന് മോസ്കോവിൽ ജനിച്ചു. പിശുക്കനും മദ്യപാനിയും മഹാകർക്കശ പ്രകൃതക്കാരനുമായിരുന്നു പിതാവ്. പിതാവിൽനിന്നും ഒഴിഞ്ഞുമാറി ഏകാന്ത ജീവിതം നയിച്ചിരുന്ന ഈ ബാലന് അഭയമായുണ്ടായിരുന്നത് സ്നേഹവതിയായ മാതാവാണ്. മാതാവിന്റെ അകാലത്തിലുള്ള വേർപാട് ഫയദോറിനെ വല്ലാതെ തളർത്തി.

സ്കൂൾ വിദ്യാഭ്യാസം കഴിഞ്ഞ് സെന്റ് പീറ്റേഴ്സ് ബർഗിലെ ആർമി എഞ്ചിനീയറിങ് അക്കാഡമിയിൽ ആ യുവാവ് പഠനത്തിലേർപ്പെട്ടു. രണ്ടു വർഷത്തിനുശേഷം പിതാവും മരണപ്പെട്ടു. എസ്റ്റേറ്റിൽ വച്ച് കുടിയാന്മാരുമായി വഴക്കുണ്ടാക്കിയ പിതാവ് കുടിയാന്മാരാൽ വധിക്കപ്പെടുകയായിരുന്നു. തികച്ചും അവിചാരിതമായി സംഭവത്തിനു ദൃക്സാക്ഷിയാകേണ്ടിവന്ന ഫയദോറിനെ ആ സംഭവം വല്ലാതെ ഉലച്ചു. അപ്പോഴുണ്ടായ മാനസികത്തകർച്ച അപസ്മാരബാധയുടെ തുടക്കമായിരുന്നു.

1843 ൽ ആർമി എഞ്ചിനീയറിങ് അക്കാഡമിയിൽനിന്നും ബിരുദം നേടിയ ആ യുവാവ് ഓഫീസറായി ജോലിയിൽ പ്രവേശിച്ചു. എന്നാൽ

അടുത്ത വർഷം ജോലി ഉപേക്ഷിച്ച് നാടകരചനയിലേക്കു തിരിഞ്ഞു. രണ്ടു നാടകങ്ങൾ എഴുതിയെങ്കിലും അവ പൂർത്തിയാക്കുകയുണ്ടായില്ല.

1846 ൽ അദ്ദേഹം *പാവപ്പെട്ടവർ* എന്ന നോവലിനു രൂപം നല്കി. നോവൽ ശ്രദ്ധിക്കപ്പെട്ടു. അതോടെ പൂർണ്ണമായും സാഹിത്യരചനയിൽ മുഴുകിയ അദ്ദേഹം *ഇരട്ട (The Double), വെളുത്ത രാത്രികൾ (White nights)* എന്നീ നോവലുകൾക്കു ജന്മമേകി.

സാഹിത്യരചനയോടൊപ്പം സാമൂഹ്യ പ്രവർത്തനങ്ങളിൽ ശ്രദ്ധയൂന്നിയ ഫയദോർ ദരിദ്രരുടെയും പീഡിതരുടെയും മോചനം ലക്ഷ്യമാക്കി തുടക്കംകുറിച്ച വിപ്ലവസംഘടനയിൽ അംഗമായി. സംഘടനയുടെ പ്രവർത്തനങ്ങളെ സസൂക്ഷ്മം വീക്ഷിച്ച അധികൃതർ രാജ്യദ്രോഹക്കുറ്റം ചുമത്തി ഫയദോറിനെയും കൂട്ടരെയും അറസ്റ്റുചെയ്തു. വിചാരണയ്ക്കു ശേഷം വധശിക്ഷയ്ക്കു വിധിക്കപ്പെട്ട അവർ വിധി നടപ്പാക്കുന്ന ദിവസം വിധിയും കാത്ത് നിമിഷങ്ങളെണ്ണി നിലകൊണ്ടു. ഒടുവിൽ തങ്ങളുടെ ഊഴമെത്തി. ഒരു നിമിഷം! മൂവരുടെയും വധശിക്ഷ ഇളവു ചെയ്തു കൊണ്ടുള്ള ചക്രവർത്തിയുടെ ഉത്തരവുമായി ഒരു ഭടൻ അവിടെ പ്രത്യക്ഷപ്പെട്ടു. മരണത്തിനും ജീവിതത്തിനുമിടയ്ക്കുള്ള നൂൽപ്പാലത്തിലൂടെയുള്ള സഞ്ചാരം അപസ്മാരരോഗിയായിരുന്ന ഫയദോറിൽ സൃഷ്ടിച്ച വിഹ്വലതകൾ, ഈ എഴുത്തുകാരന്റെ സാഹിത്യജീവിതത്തെയും വല്ലാതെ സ്വാധീനിക്കുകയുണ്ടായി. വധശിക്ഷയ്ക്കുപകരമായി ഇവർ സൈബീരിയയിലേക്ക് നാടുകടത്തപ്പെട്ടു.

സൈബീരിയയിൽ തികഞ്ഞ ഏകാന്തതയിൽ കഴിഞ്ഞ നാലു വർഷങ്ങൾ ഈ പ്രതിഭാശാലിയുടെ സാഹിത്യശിക്ഷണത്തിന്റെ ഭാഗമായിത്തീർന്നു. തന്റെ പ്രവാസകാലരചനകളാണ് *മരിച്ചവരുടെ വീട് (The House of the Dead), നിന്ദിതരും പീഡിതരും (The insulted and the injured), ശരത്ക്കാലാനുഭൂതികളെക്കുറിച്ചുള്ള ശീതകാലക്കുറിപ്പുകൾ (winter notes on summer impression)*

1857 ൽ അദ്ദേഹം ജീവിതപങ്കാളിയായി തെരഞ്ഞെടുത്തത് മരിയ ഡിമിട്രീവ്ന എന്ന വിധവയെയാണ്. എന്നാൽ ആ ബന്ധം അധികകാലം നീണ്ടു നിന്നില്ല. 1863 ൽ പടിഞ്ഞാറൻ യൂറോപ്പ് പര്യടനത്തിനായി പുറപ്പെട്ട അദ്ദേഹം മടങ്ങിയെത്തുമ്പോൾ തന്റെ ജീവിതപങ്കാളി ഈ ലോകത്തോടു യാത്രപറഞ്ഞിരുന്നു.

കുത്തഴിഞ്ഞ ജീവിതം, ചൂതാട്ടത്തോടുള്ള അമിതമായ ഭ്രമം, ഭീമമായ കടബാദ്ധ്യത ഇവയൊക്കെ ദസ്തയേവ്സ്കിയുടെ ജീവിതം നരകതുല്യമാക്കി. ചരടുവിട്ട പട്ടം പോലെയുള്ള ആ യാത്രയിലും ഈ പ്രതിഭാശാലി ശ്രദ്ധേയമായ പല കൃതികൾക്കും ജന്മം നല്കി. *കുറ്റവും ശിക്ഷയും (Crime and punishment), ചൂതാട്ടക്കാരൻ (The Gambler), അധോതലക്കുറിപ്പുകൾ (Notes from underground), ഇഡിയറ്റ്, അനശ്വര ഭർത്താവ് (The eternal Husband), ഭൂതാവിഷ്ടർ (The possesed), അപക്വ യുവാവ് (The raw youth), നിന്ദ്യനായ മനുഷ്യന്റെ സ്വപ്നം*

(The dream of ridiculous man) തുടങ്ങിയ കൃതികൾ ഈ എഴുത്തുകാരന്റെ മൗലിക പ്രതിഭ വെളിവാക്കാൻ പോന്നവയാണ്.

വിദേശസഞ്ചാരത്തിനിടയ്ക്ക് ചൂതുകളിയിൽ ലഹരി കയറി ഉടുതുണി പോലും പണയംവയ്ക്കേണ്ടിവന്ന ഈ എഴുത്തുകാരന്റെ ജീവിതത്തിൽ ഭാഗ്യം കടന്നുവന്നത് അന്നാ ഗ്രിഗോറിവ്ന എന്ന സ്റ്റെനോഗ്രാഫറുടെ രൂപത്തിലാണ്. ചിട്ടയായ ജീവിതം, സ്ഥിരത എന്നിവ ദസ്തയേവ്സ്കിക്കു സമ്മാനിച്ച അവരുടെ സ്നേഹപൂർണ്ണമായ സാന്നിദ്ധ്യം ആ പ്രതിഭാധനന്റെ സാദ്ധ്യതകളെ പരമാവധി ഉണർത്തുന്നതിന് ഇടയാക്കി.

1879-80 കാലഘട്ടത്തിൽ പ്രസിദ്ധീകരിച്ച അദ്ദേഹത്തിന്റെ ഏറ്റവും മികച്ച നോവലാണ് *കാരമസോവ് സഹോദരന്മാർ (The brothers of Karamazove).* മനുഷ്യ മനസ്സിന്റെ സങ്കീർണ്ണത, ഇരുളും വെളിച്ചവും മാറി മാറി പ്രകാശിക്കുന്ന ജീവിതസാഹചര്യങ്ങൾ എന്നിവ വായനക്കാരിലേക്കു സംക്രമിപ്പിക്കുന്ന ഈ കൃതിയുടെ പ്രസിദ്ധീകരണത്തോടെ ദസ്തയേവ്സ്ക്കിയുടെ പ്രശസ്തി ലോകമെങ്ങും പരന്നു.

തീവ്രമായ മതവിശ്വാസം ഉള്ളിൽ കെടാതെ സൂക്ഷിക്കുകയും അതിനു വിരുദ്ധമായി ലോകവഴികളിൽ യാതൊരു നിയന്ത്രണവുമില്ലാതെ പാറി നടക്കുകയും ചെയ്ത ഈ എഴുത്തുകാരൻ തന്റെ ഉള്ളിൽ എന്നെന്നും കെടാതെ സൂക്ഷിച്ചിരുന്ന ധാർമ്മിക, സദാചാര, ആത്മീയ സന്ദേശങ്ങളുടെ പ്രകാശനത്തിനായിട്ടാണ് സാഹിത്യരചന നിർവ്വഹിച്ചത്.

ദൈവത്തിന്റെയും ചെകുത്താന്റെയും അംശങ്ങൾ ഒരേപോലെ സമ്മേളിച്ചിരുന്ന ആ മഹാപ്രതിഭ 1881 ഫെബ്രുവരി ഒൻപതിനു ഈ ലോകത്തോടു യാത്രപറഞ്ഞു.

മിഖേയൽ ഷൊളക്കോവ്

ഡോൺ കഥകളിലൂടെ വിശ്വപ്രസിദ്ധനായിത്തീർന്ന റഷ്യൻ നോവലിസ്റ്റ്

വായനക്കാരോട് സത്യം മാത്രം പ്രസ്താവിക്കുകയും, സത്യമെത്ര കയ്പേറിയതായാലും ഉറക്കെ വിളിച്ചു പറയാൻ ധൈര്യം കാട്ടുകയും ചെയ്ത വിഖ്യാത റഷ്യൻ നോവലിസ്റ്റ് മിഖേയൽ ഷൊളക്കോവ് 1905 മെയ് 24 ന് റഷ്യയിലെ ഡോൺ നദിക്കരയിലെ ക്രൂഷിലിൻ എന്ന ഗ്രാമത്തിൽ ജനിച്ചു. പിതാവ് അലക്സാണ്ടർ മിഖൈലോവിച്ച് ഒരു താഴ്ന്ന ഇടത്തരം കുടുംബത്തിലെ അംഗമായിരുന്നു. കൃഷിയും കച്ചവടവുമായിരുന്നു അദ്ദേഹത്തിന്റെ ജീവിതമാർഗ്ഗം. അസസ്തേസിയ സേനിലോവ്ന ചെർനിക്കോവയായിരുന്നു മാതാവ്. ഷൊളക്കോവിന്റെ സർഗ്ഗസിദ്ധിക്കു പിന്നിൽ മാർഗ്ഗരേഖയായി പ്രവർത്തിച്ച സ്നേഹവതിയായ ആ അമ്മ, ബുദ്ധിശക്തിയിലും സാമർത്ഥ്യത്തിലും ഏറ്റവും മുന്നിലായിരുന്നു. തന്റെ സൗമ്യവും സ്നേഹപൂർണ്ണവുമായ പെരുമാറ്റംകൊണ്ട് പരിചയപ്പെടുന്ന വ്യക്തികളുമായി വളരെ വേഗം സൗഹൃദം സ്ഥാപിക്കാൻ അവർക്ക് കഴിഞ്ഞിരുന്നു. വേണ്ടത്ര അക്ഷരാഭ്യാസം ഇല്ലാതിരുന്ന അവർ പലപ്പോഴും, തന്നെ വേർപിരിഞ്ഞ് ജീവിച്ചിരുന്ന പ്രിയമകനുമായി കത്തിടപാടുകൾ നടത്താനായി എഴുത്തും വായനയും വശമാക്കി. മൂന്നു വിദ്യാലയങ്ങളിൽ മാറിമാറി പഠിച്ച ആ ബാലന് ഹൈസ്കൂളിലെ നാലു

ക്ലാസുകൾ വരെയേ പഠനം തുടരാൻ കഴിഞ്ഞുള്ളൂ.

റഷ്യയിൽ ആഭ്യന്തരയുദ്ധം പൊട്ടിപ്പുറപ്പെടുമ്പോൾ ഷൊളക്കോവിന് 15 വയസ്സായിരുന്നു. ഒപ്പമുള്ളവർ വിദ്യാലയം ഉപേക്ഷിച്ച് ജീവിതത്തിന്റെ മഹാവിദ്യാലയത്തിലേക്ക് എടുത്തുചാടുന്നതിന് സാക്ഷിയാകേണ്ടിവന്ന ഷൊളക്കോവും അവരോടൊപ്പം കൂടി. സേനാവിഭാഗത്തിൽ പ്രവർത്തിക്കാനായി ഇറങ്ങിത്തിരിച്ച ഷൊളക്കോവിന് തന്റെ ദൗത്യനിർവ്വണത്തിനിടയ്ക്ക് സ്വന്തം നാട്ടിലെ ചൂഷകരും, മുതലാളിവർഗ്ഗത്തിന്റെ വക്താക്കളുമായ 'കുലാക്കു'കളുമായി ഏറ്റുമുട്ടേണ്ടി വന്നു. ആ നാളുകളിൽ ഡോൺ പ്രദേശമാകെ ചുറ്റിസഞ്ചരിക്കുകയും ആഭ്യന്തരയുദ്ധത്തിന്റെ കെടുതികൾക്ക് ദൃക്സാക്ഷിത്വം വഹിക്കുകയും ചെയ്ത ആ യുവാവ് അവിടത്തെ ജനങ്ങളെയും അവരുടെ പ്രശ്നങ്ങളെയും നേരിട്ടറിയുകയായിരുന്നു. 1915 മുതൽ 17 വരെയുള്ള ആഭ്യന്തരയുദ്ധകാലയളവിൽ നേടിയ ജീവിതപരിചയം ആ ഭാവനാശാലിയുടെ സർഗ്ഗജീവിതത്തെ കരുപ്പിടിപ്പിക്കാൻ വളരെ സഹായിച്ചിട്ടുണ്ട്.

റഷ്യയിലെ ആഭ്യന്തര യുദ്ധത്തിനുശേഷം ചുമട്ടുകാരൻ, ഗുമസ്തൻ തുടങ്ങി പല ജോലികളിലും ഈ യുവാവ് ഏർപ്പെട്ടു. എന്നാൽ ആ നാളുകളിൽ തന്നെ ലേഖനങ്ങളും കഥകളും എഴുതിക്കൊണ്ട് ഷൊളക്കോവ് സാഹിത്യരംഗത്തേക്ക് പ്രവേശിച്ചിരുന്നു. 1926 ൽ തന്റെ ആദ്യകഥാസമാഹാരമായ *ഡോൺ കഥകൾ* പുറത്തുവന്നു. റഷ്യൻ ആഭ്യന്തരയുദ്ധത്തിന്റെ കെടുതികൾ വരച്ചുകാട്ടിയ ഈ കഥകളിൽ ചോരയുടെ ചുവപ്പും കണ്ണുനീരിന്റെ നനവും വെടിയൊച്ചകളുടെ മുഴക്കവും നിറഞ്ഞുനിന്നു. അതോടെ ആ യുവാവ് സാഹിത്യകാരനെന്ന നിലയിൽ റഷ്യയാകമാനം ശ്രദ്ധിക്കപ്പെടാൻ തുടങ്ങുകയായിരുന്നു.

1928 ലാണ് തന്റെ *ഡോൺ ശാന്തമായൊഴുകുന്നു* എന്ന നോവൽ പുറത്തുവന്നത്. 1932 ൽ *ഉഴുതുമറിച്ച മണ്ണിന്റെ* ഒന്നാംഭാഗവും 1940 ൽ *ഡോൺ സമുദ്രത്തിലേക്കുതന്നെ ഒഴുകുന്നു.* എന്ന നോവലും പ്രസിദ്ധീകരിക്കപ്പെട്ടു. രണ്ടായിരത്തോളം പേജുകളിൽ വ്യാപിച്ചുകിടക്കുന്ന ഡോൺ നോവലുകളിൽ ആഭ്യന്തരയുദ്ധത്തിൽ പങ്കെടുക്കേണ്ടിവന്നവർ അനുഭവിച്ച രൂക്ഷമായ മാനസികസംഘർഷങ്ങൾ ഇതൾവിടർത്തുന്നു. ആഴമേറിയ ജീവിതദർശനം മുഖമുദ്രയായ ഈ ഇതിഹാസത്തിൽ മനുഷ്യസ്നേഹത്തിന്റെ ധർമ്മസങ്കടങ്ങളും, അടിച്ചമർത്തപ്പെടുന്ന മനുഷ്യവർഗ്ഗത്തിന്റെ യാതനകളും അനാവരണം ചെയ്യപ്പെടുന്നു. 1940 ൽ ഡോൺ നോവലുകളുടെ ഒടുവിലത്തെ ഭാഗം പുറത്തിറങ്ങിയ ദിവസം, പുസ്തകക്കടകൾ തുറക്കുംമുമ്പു തന്നെ വൻ ജനാവലി പുസ്തകം വാങ്ങുന്നതിനായി കടകൾക്കു മുന്നിൽ തടിച്ചുകൂടിയിരുന്നു. കഥാകാരൻ നോവലെഴുതിത്തീർക്കുമ്പോൾ നോവലെങ്ങനെ അവസാനിപ്പിക്കണമെന്ന പ്രശ്നത്തിൽ ഒരു തീരുമാനമെടുക്കാൻ കഴിയാതെ വലിയ കുഴമറിച്ചിലുകളിൽപ്പെട്ടതായി പറയപ്പെടുന്നു. കഥാനായകന്റെ അന്ത്യസങ്കേതമായ ഒളിത്താവളം തകർന്നു. ഇനി കഥാനായകന്റെ

ഭാവിയെന്ത്? എന്നു ചിന്തിച്ച് മാസങ്ങളോളം നോവലിസ്റ്റ് ഉഴറി നടന്നുവ ത്രെ. ഒടുവിൽ പെട്ടെന്നാണ് ഒരു മിന്നായം പോലെ അന്ത്യരംഗങ്ങൾ മനസ്സിൽ തെളിഞ്ഞുവന്നത്. ആ നിമിഷം തന്നെ ഒറ്റവീർപ്പിന് അവസാന അദ്ധ്യായം എഴുതിത്തീർത്തു. നോവലിലെ ഏറ്റവും ഹൃദയസ്പർശിയായ ഭാഗവും ഈ അവസാന അദ്ധ്യായം തന്നെ.

നീണ്ട 28 വർഷത്തെ പ്രയത്നത്തിനുശേഷമാണ് അദ്ദേഹം തന്റെ *വെർജിൻ സോയിൽ അപ്ടേൺഡ്* എന്ന നോവൽ പൂർത്തിയാക്കിയത്. 1942 ൽ *ദേ ഫോട്ട് ഫോർ ദ കൺട്രീ* പ്രകാശിപ്പിക്കപ്പെട്ടു. *റ്റിക്കിഡോൺ* എന്ന നോവലാണ് തുടർന്ന് പുറത്തുവന്നത്. സോഷ്യലിസ്റ്റ് റിയലിസ ത്തിന് ഉദാത്ത മാതൃകയായി നിരൂപകലോകം വിലയിരുത്തിയ ഈ കൃതിക്ക് നോവലിസ്റ്റിന് സ്റ്റാലിൻ പ്രൈസ് ലഭിക്കുകയുണ്ടായി.

പത്രപ്രവർത്തനരംഗത്തും സ്വന്തം കരുത്തു തെളിയിച്ച നോവലിസ്റ്റ് രണ്ടാം ലോകമഹായുദ്ധ കാലത്ത് ഒരു പ്രസിദ്ധീകരണത്തിൽ യുദ്ധകാര്യലേഖകനായി ജോലിനോക്കുകയുണ്ടായി. ആ നാളുകളിലാണ് *അവർ പിതൃഭൂമിക്കുവേണ്ടി പൊരുതി* എന്ന നോവലിന്റെ രചന ആരംഭിച്ചത്.

ഉണ്മയുടെ ചിത്രങ്ങൾക്ക് ജീവൻ പകർന്ന ആ മാന്ത്രികപ്രതിഭ അനുവാചകർക്ക് ജീവിതത്തെ കാണിച്ചുതരികയല്ല അനുഭവപ്പെടുത്തി ത്തരുകയാണുണ്ടായത്. എന്നും വറുതിയിലും സംഘർഷത്തി ലുമായിരുന്ന തന്റെ നാട്ടിലെ സാധാരണ ജനങ്ങളെയാണ് ഷൊളക്കോവ് തന്റെ കൃതികളിലൂടെ അവതരിപ്പിച്ചത്. സ്വന്തം നാട്ടിലെ അടിസ്ഥാനവർഗ്ഗ ത്തോടൊപ്പം ജീവിതം പങ്കിട്ട നോവലിസ്റ്റ് അവരുടെ സുഖദുഃഖങ്ങളും ആഴമേറിയ ജീവിതസത്യങ്ങളും തന്റെ നോവലിൽ അനാവരണം ചെയ്തു. തനിക്കു സമൂഹത്തോടുള്ള സജീവബന്ധത്തെപ്പറ്റി ശരിയായ ഉൾക്കാഴ്ചയുണ്ടായിരുന്ന ആ പ്രതിഭാശാലി താൻ അനുഭവിച്ച സാമൂഹ്യജീവിതം, അതിന്റെ ശക്തമായ അടിയൊഴുക്കുകളോടെ അനുവാചകർക്കു മുന്നിൽ തുറന്നുകാട്ടുകയാണ് തന്റെ കൃതികളിലൂടെ ചെയ്തത്.

ലോകജനതയുടെ അംഗീകാരം പിടിച്ചുപറ്റിയ, സാംസ്കാരിക നവോത്ഥാനത്തിന്റെ നായകസ്ഥാനത്തു നില്ക്കുന്ന ആ യുഗപ്രതിഭയ്ക്ക് 1965 ലെ സാഹിത്യത്തിനുള്ള നോബൽ പുരസ്കാരം ലഭിക്കുകയുണ്ടായി. ലോകജനത നെഞ്ചേറ്റി ലാളിച്ച ജനസമ്മതനായ ഈ എഴുത്തുകാരൻ 1984 ഫെബ്രുവരി 27 ന് തന്റെ മണ്ണിനോടു യാത്രപറഞ്ഞു.

വിക്ടർ യൂഗോ

ഫ്രഞ്ച് കാല്പനിക പ്രസ്ഥാനത്തിന്റെ ശില്പി

കവിയും നോവലിസ്റ്റും ചിന്തകനുമായിരുന്ന സ്വതന്ത്രവാദിയായ വിക്ടർ യൂഗോ 1802 ഫെബ്രുവരി 26ന് കിഴക്കൻ ഫ്രാൻസിലെ ബെസാങ്സോം പട്ടണത്തിൽ ജനിച്ചു. നെപ്പോളിയൻ ബോണപ്പാർട്ടിന്റെ സൈന്യത്തിൽ ജനറലായിരുന്ന ജോസഫ് ലിയോപോൾഡ് യൂഗോ ആയിരുന്നു പിതാവ്. കെൽറ്റ് വർഗ്ഗക്കാരിയായ സോഫി ക്രെബൂഷെയായിരുന്നു മാതാവ്. മാതാപിതാക്കളുടെ സ്വരച്ചേർച്ചയില്ലായ്മയിൽ മനംനൊന്ത്, നെപ്പോളിയന്റെ പതനത്തിന് മൂകസാക്ഷിയായി ആ ബാലൻ വളർന്നു. ഒന്നിലും ഉറച്ചുനില്ക്കാത്ത പ്രകൃതം, ആകാശത്തോളം മനക്കോട്ടകൾ കെട്ടുന്നതിൽ അഗ്രഗണ്യൻ, കൂസലില്ലായ്മയുടെ ആൾരൂപം, ഇതായിരുന്നു വിക്ടർ യൂഗോയുടെ ബാല്യം.

ചെറുപ്പത്തിൽ പാരീസിലും ഇറ്റലിയിലും സ്പെയിനിലും പിതാവിനോടൊപ്പം മാറിമാറിത്താമസിക്കാനവസരം ലഭിച്ചത് ഭാവനാശാലിയായിരുന്ന ആ ബാലന് ഏറെ ഗുണകരമായി. ആ പ്രദേശങ്ങളിലെ അസന്തുഷ്ടരായ ജനവിഭാഗങ്ങളിൽനിന്ന് ലഭിച്ച ജീവിതപാഠങ്ങൾ ആ കൊച്ചുമിടുക്കൻ മനസ്സിൽക്കുറിച്ചിട്ടു.

പതിനാലാം വയസ്സിൽ തന്റെ ഭാവനയ്ക്കു അക്ഷരവെളിച്ചം പകർന്ന

യൂഗോ കവിത എഴുതിക്കൊണ്ടാണ് സാഹിത്യരംഗത്തു കടന്നത്. ഇരുപതാം വയസ്സിലാണ് ആദ്യ കവിതാസമാഹാരം വെളിച്ചം കാണുന്നത്. അപൂർവ്വ ഭാവനകൾ നിറഞ്ഞ ആദ്യകൃതി സഹൃദയർ രണ്ടുകൈയും നീട്ടി സ്വീകരിച്ചു. കവിതയിൽ ആകൃഷ്ടനായ ലൂയി 18-ാമൻ യൂഗോയ്ക്കു നാല്പതു പവൻ രാജകീയ പെൻഷനനുവദിച്ചു.

1822 ൽ തന്റെ പ്രണയിനിയും ബാല്യകാല സഖിയുമായിരുന്ന അദീലിനെ യൂഗോ വിവാഹം കഴിച്ചു. അമ്മയ്ക്ക് ആ പ്രണയം അംഗീകരിക്കാൻ കഴിയാതിരുന്നതിനാൽ അവർ മരിച്ചതിനുശേഷമായിരുന്നു വിവാഹം.

യുവകവി നാടകരംഗത്തേക്കായിരുന്നു തുടർന്നു പ്രവേശിച്ചത്. അന്നു നിലവിലുണ്ടായിരുന്ന നാടകരചനാ സമ്പ്രദായത്തെ തിരസ്കരിച്ചുകൊണ്ട് യൂഗോ രണ്ടു പരീക്ഷണനാടകങ്ങൾക്ക് രൂപംനല്കി. *ക്രോംവെൽ, ഹിർണാനി* എന്നീ നാടകങ്ങളിലൂടെ യുവനാടകകൃത്തിനെ ജനം ശ്രദ്ധിച്ചുതുടങ്ങി.

1831 ൽ തന്റെ 29-ാം വയസ്സിലാണ് നോവൽ രചയിതാവെന്ന നിലയിൽ യൂഗോ ശ്രദ്ധിക്കപ്പെട്ടു തുടങ്ങുന്നത്. 1829 ൽ *നോത്രദാമിലെ കൂനൻ* എന്ന നോവൽ എഴുതാൻ തുടങ്ങിയെങ്കിലും കൃത്യമായി എഴുതിത്തീർക്കാനായില്ല. എന്നാൽ പ്രസാധകന്റെ നിർബ്ബന്ധത്തിനു വഴങ്ങി നോവൽ രചനയിലേക്ക് പൂർണ്ണമായി മുഴുകിയ യൂഗോ ആറുമാസംകൊണ്ട് നോവൽ എഴുതിത്തീർത്തു. മലീമസമായ മതജീവിതം, സാമൂഹ്യജീവിതത്തിലെ സ്നേഹരാഹിത്യം, നീതിബോധമില്ലാത്ത ഭരണവർഗ്ഗം എന്നിവയെ നോത്രദാം പള്ളിയുടെ പശ്ചാത്തലത്തിൽ അവതരിപ്പിക്കുന്ന നോവൽ 1830 ൽ ഫ്രാൻസിൽ നടന്ന ജൂലൈ വിപ്ലവത്തിലേക്ക് വെളിച്ചംവീശുന്നുണ്ട്.

1841 ൽ യൂഗോ ഫ്രഞ്ച് അക്കാഡമിയിൽ അംഗത്വം നേടി. 1848 ൽ പാർലമെന്റിന്റെ ഉപരിസഭയിൽ അംഗമായിത്തീർന്ന അദ്ദേഹം വധശിക്ഷയ്ക്കും, സാമൂഹ്യമായ അസമത്വങ്ങൾക്കുമെതിരെ ശബ്ദമുയർത്തി. എന്നാൽ ജനപ്രതിനിധി എന്ന നിലയിൽ വേണ്ടവിധം ശ്രദ്ധിക്കപ്പെടാൻ യൂഗോയ്ക്കായില്ല. 1851 ൽ അധികാരത്തിലെത്തിയ രാജാവിനെ വഞ്ചകനെന്ന് വിളിച്ച യൂഗോ രാജ്യഭ്രഷ്ടനാക്കപ്പെട്ടു. ഇംഗ്ലീഷ് ചാനലിലുള്ള ഗേൺസി ദ്വീപിൽ കുടുംബത്തോടൊപ്പം രണ്ടു പതിറ്റാണ്ടുകാലം യൂഗോയ്ക്ക് പ്രവാസിയായി കഴിയേണ്ടിവന്നു. ഈ കാലയളവിൽ അദ്ദേഹം തന്റെ ഇതിഹാസ നോവലായ *പാവങ്ങളു*ടെ പണിപ്പുരയിലായിരുന്നു. നോവലെഴുതി പൂർത്തിയാക്കുമ്പോൾ യൂഗോയ്ക്ക് 59 വയസ്സു പ്രായമെത്തിയിരുന്നു. രചനാതന്ത്രത്തിലും, പാത്രസൃഷ്ടിയിലും ഏറെ ശ്രദ്ധിക്കപ്പെട്ട നോവലിന്റെ പ്രസിദ്ധീകരണം ഫ്രഞ്ച് സാഹിത്യത്തിലെ അവിസ്മരണീയ സംഭവമായി. നിയമത്തിന്റെ മനഃസാക്ഷിരാഹിത്യം തുറന്നുകാട്ടുന്ന നോവൽ, തെറ്റും നീതിപീഠവും തമ്മിലുള്ള സംഘർഷം, എല്ലാം ക്ഷമിക്കുന്ന അതുല്യസ്നേഹത്തിന്റെ മഹത്ത്വം,

സാമൂഹ്യ അനീതികൾക്കെതിരെയുള്ള വിമർശനം എന്നിവകൊണ്ട് ലോകമെങ്ങും ശ്രദ്ധിക്കപ്പെട്ടു. ജീൻവാൽജീൻ എന്ന നായകകഥാപാത്രം ലോകമനഃസാക്ഷിക്കു നേരെ എക്കാലവും തലയുയർത്തി നില്ക്കുവാൻ ശക്തികാട്ടിയതുകൊണ്ടാവാം ഇന്നും ലോകജനതയുടെ കണ്ണിലുണ്ണിയായി വിരാജിക്കുന്നത്. മിക്കവാറും എല്ലാ ലോകഭാഷകളിലേക്കും നോവൽ വിവർത്തനം ചെയ്യപ്പെട്ടു.

പ്രവാസജീവിതത്തിനുശേഷം തിരിച്ചെത്തിയ തങ്ങളുടെ ജനനായകനെ ഫ്രഞ്ച് ജനത തങ്ങളുടെ ദേശീയനേതാവായി വരവേല്ക്കുകയാണുണ്ടായത്. അദ്ദേഹത്തിന്റെ 79-ാം പിറന്നാൾ ഫ്രാൻസ് ദേശീയോത്സവമായി ആഘോഷിക്കുകയുണ്ടായി.

*പാവങ്ങളു*ടെ രചനയ്ക്കുശേഷം യൂഗോ തുടർന്ന് പല കൃതികളും രചിക്കുകയുണ്ടായി. *ദി സ്ട്രഗിൾസ് ഓഫ് ദി സീ, ദി മാൻ ഹു ലാഫ്സ്, നയന്റിത്രീ* തുടങ്ങിയവയായിരുന്നു അവ. തുടർന്ന് വീണ്ടും കാവ്യരചനയിൽ ശ്രദ്ധിച്ച യൂഗോ ധാരാളം കവിതകൾക്ക് രൂപം നല്കി.

1885 മെയ് 22 ന് ലോകജനതയുടെ ആരാദ്ധ്യപുരുഷനായ ആ യുഗപ്രതിഭ ഈ ലോകത്തോട് യാത്ര പറഞ്ഞു. യൂഗോയുടെ അന്ത്യയാത്രയിൽ 20 ലക്ഷത്തിലേറെ പേർ പങ്കെടുത്തു. ചരിത്രത്തിൽ മറ്റൊരു എഴുത്തുകാരനും ലഭിക്കാത്ത ഈ അന്തിമോപചാരം കവിയും നോവലിസ്റ്റും സ്വതന്ത്രവാദിയുമായിരുന്ന വിക്ടർ യൂഗോയുടെ യശ്ശസിന് ഫ്രഞ്ച് ജനത നല്കിയ അംഗീകാരമായിരുന്നു.

മാക്സിം ഗോർക്കി

മനുഷ്യത്വം വിപ്ലവത്തിന്റെ ഊടും പാവുമാക്കിയ വിശ്വപ്രതിഭ

ദരിദ്രരും നിരാലംബരും തിങ്ങിപ്പാർക്കുന്ന ഇടങ്ങളിൽനിന്നും ജീവിതം പഠിച്ചറിഞ്ഞ് അവ തന്റെ സാഹിത്യത്തിന് ഭൂമികയാക്കിയ മാക്സിം ഗോർക്കി എന്ന റഷ്യയിലെ വിപ്ലവസാഹിത്യ പ്രതിഭ 1868 മാർച്ച് 28 ന് റഷ്യയിലെ വോൾഗാ നദീതീരത്തുള്ള ഒരു ചെറുപട്ടണത്തിൽ ജനിച്ചു.

ശരിക്കുള്ള പേര് അലക്സേയ് മാക്സിമാവിച്ച് പെഷ്കോവ് എന്നായിരുന്നു. ദരിദ്രനായ ഒരു തുന്നൽപ്പണിക്കാരനായിരുന്നു പിതാവ്. ചെറുപ്പത്തിൽ തന്നെ മാതാപിതാക്കൾ മരിച്ചതിനാൽ അനാഥനാക്കപ്പെട്ട ആ ബാലൻ അമ്മയുടെ മാതാപിതാക്കളുടെ സംരക്ഷണയിൽ നിഷ്നി എന്ന സ്ഥലത്ത് താമസമാക്കി. തുണികളിൽ ചായം പിടിപ്പിക്കലായിരുന്നു മുത്തച്ഛന്റെ തൊഴിൽ. കർക്കശ പ്രകൃതക്കാരനായിരുന്ന അദ്ദേഹം പെഷ്കോവിനോട് യാതൊരു കാരുണ്യവും കാട്ടിയില്ല. മുത്തശ്ശിയും ആ ബാലനെ തീരെ പരിഗണിച്ചതേയില്ല. വളരെ ദരിദ്രമായ ചുറ്റുപാടുകളിലായിരുന്നു അവർ കഴിഞ്ഞിരുന്നത്. മുത്തച്ഛന്റെ മരണശേഷം നന്നേ ചെറുപ്പത്തിൽത്തന്നെ ഉപജീവനത്തിനായി ഓരോരോ കൂലിപ്പണികളിലേർപ്പെട്ട ആ ബാലൻ, കപ്പലിലെ കൂലിക്കാരൻ, ഓഫീസ് ശിപായി, ചായക്കടയിലെ തൊഴിലാളി, റെയിൽവേ ജോലിക്കാരൻ എന്നീ നിലകളിൽ റഷ്യ

യിലങ്ങോളമിങ്ങോളം പണിയെടുത്തു. യജമാനന്മാരുടെ സ്നേഹശൂന്യമായ പെരുമാറ്റങ്ങളിലും തികഞ്ഞ ദാരിദ്ര്യത്തിലും കഴിഞ്ഞുകൂടിയ ബാല്യം പെഷ്കോവിന് റഷ്യയിലെ അടിസ്ഥാനവർഗ്ഗത്തിന്റെ ജീവിതം കണ്ടറിയുന്നതിന് അവസരമൊരുക്കി.

നന്നേ ചെറുപ്പത്തിൽത്തന്നെ എഴുത്തും വായനയും അമ്മയിൽനിന്നഭ്യസിച്ചു. കപ്പലിൽ ജോലിനോക്കിയിരുന്ന നാളുകളിൽ അതിലെ പാചകക്കാരൻ പെഷ്കോവിനോട് പ്രത്യേക പരിഗണന കാട്ടുകയും വായിക്കാനായി പുസ്തകങ്ങൾ നല്കുകയും ചെയ്തു. ഒരു പത്രപ്രവർത്തകയായിരുന്ന കൊറോലെകോവും അക്ഷരലോകവുമായി ചങ്ങാത്തം കൂടുന്നതിനു പെഷ്കോവിന് സാഹചര്യമൊരുക്കി.

വിശാലമായ റഷ്യാമഹാരാജ്യത്തിലെ അടിസ്ഥാനവർഗ്ഗം തിങ്ങിപ്പാർക്കുന്ന ഇടങ്ങളിൽനിന്നും ലഭിച്ച ജീവിതാംശങ്ങൾ സഹജീവികളെ സ്നേഹിക്കുന്നതിനും സേവനം ജീവിതവ്രതമാക്കുന്നതിനും ആ ബാലനു പ്രചോദനമേകി. ദാരിദ്ര്യവും പട്ടിണിയും അജ്ഞതയും ഇല്ലാതാക്കാൻ തന്നാലാവുന്നതൊക്കെ ചെയ്യുമെന്ന് പെഷ്കോവ് നന്നേ ചെറുപ്പത്തിലേ മനസ്സിലുറപ്പിച്ചു.

തെക്കൻ റഷ്യയിൽ ജോലിനോക്കിയിരുന്ന കാലത്ത് തന്റെ ജോലി ഉപേക്ഷിച്ച്, ഒരു സുഹൃത്തിനോടൊപ്പം പെഷ്കോവ് സെന്റ് പീറ്റേഴ്സ്ബർഗ്ഗിലേക്ക് യാത്രതിരിച്ചു. അവിടെയും സ്വസ്ഥമായ ഒരു ജീവിതം ഈ യുവാവിന് ലഭിച്ചില്ല. സ്വന്തം വിപ്ലാവാശയങ്ങൾക്കുനേരെ മേലധികാരികൾ നെറ്റിചുളിച്ചപ്പോൾ അവർക്കൊന്നും പിടികൊടുക്കാതെ പല സ്ഥലങ്ങളിലായി അജ്ഞാതനായി അദ്ദേഹം ജീവിതം നയിച്ചു. വിവിധ ജീവിതസാഹചര്യങ്ങളിലുള്ള അനേകം വ്യക്തികളുമായും അവരുടെ ആശയങ്ങളുമായും അടുത്തറിയുന്നതിന് ഈ അജ്ഞാതവാസക്കാലം പെഷ്കോവിനു സഹായമരുളി.

1892 ൽ തന്റെ 24-ാം വയസ്സിലാണ് ആദ്യരചന പുറത്തിറങ്ങിയത്. ഗോർക്കി എന്ന തൂലികാനാമത്തിലെഴുതിയ 'മക്കാർ ചൂദ്ര' എന്ന ചെറുകഥയായിരുന്നു അത്. തുടർന്ന് 1895 ൽ അടുത്ത കഥ 'ചൊൽക്കാഷ്' പുറത്തുവന്നു. റെയിൽവേയിലെ ജോലി ഉപേക്ഷിച്ച് പൂർണ്ണമായും സാഹിത്യപ്രവർത്തനങ്ങളിലേർപ്പെട്ട അദ്ദേഹം 1897 ൽ തന്റെ പ്രഥമ കഥാസമാഹാരം പുറത്തിറക്കി. അതോടെ റഷ്യൻ സാഹിത്യകാരന്മാരിൽ ശ്രദ്ധിക്കപ്പെട്ടുതുടങ്ങിയ ഗോർക്കി അതേവർഷം തന്നെ *മനുഷ്യപ്പുഴുക്കൾ* എന്ന കൃതി പ്രകാശനം ചെയ്തു. ആദ്യ നാടകം പ്രസിദ്ധീകരിക്കപ്പെടുന്നത് 1903 ലാണ് *അടിത്തട്ടുകൾ* എന്ന ആ നാടകം തുടർച്ചയായി രണ്ടുവർഷം ബർലിനിൽ അരങ്ങേറി.

1895 ൽ ഗോർക്കി കാതറിൻ വോഡ്സക്കോ എന്ന യുവതിയെ തന്റെ ജീവിതപങ്കാളിയാക്കി. അപ്പോഴേക്കും എഴുത്തുകാരൻ എന്നതിലുപരി പ്രഭാഷകൻ, വിപ്ലവകാരി എന്നീ നിലകളിലും ഗോർക്കി ശ്രദ്ധിക്കപ്പെടാൻ തുടങ്ങിയിരുന്നു. എന്നാൽ സോഷ്യൽ ഡെമോക്രാറ്റിക് പാർട്ടിയിൽ

ചേർന്നു പ്രവർത്തിച്ച അദ്ദേഹത്തിനു അധികാരവർഗ്ഗത്തിൽനിന്നും നിരന്തര ഭീഷണിയും ജയിൽവാസവും അനുഭവിക്കേണ്ടിവന്നു. 1905 ൽ റഷ്യയിൽ സായുധവിപ്ലവം നടക്കുമ്പോൾ ഗോർക്കി ഇരുമ്പഴികൾക്കുള്ളിലായിരുന്നു. വളരെ മോശമായ ആരോഗ്യസ്ഥിതിയിലായിരുന്ന അദ്ദേഹത്തെ, സാഹിത്യ സാംസ്കാരിക രംഗത്തുള്ളവരുടെ നിരന്തര ശ്രമഫലമായി ഒടുവിൽ ജയിൽമോചിതനാക്കുകയായിരുന്നു. 1906 ൽ അദ്ദേഹം റഷ്യയോടു വിടവാങ്ങി. പശ്ചിമയൂറോപ്പിലെ കാപ്രി ദ്വീപിൽ താമസമാക്കി. 1913 ൽ പീറ്റേഴ്സ് ബർഗ്ഗിൽ തിരിച്ചെത്തിയ അദ്ദേഹം *ലെറ്റോപിസ്* എന്ന മാസിക ആരംഭിച്ചു. 1917 ൽ റഷ്യയിൽ ഒക്ടോബർ വിപ്ലവം അരങ്ങേറി. അതിനു തൊട്ടുമുൻപുള്ള കാലത്താണ് തന്റെ ആത്മകഥ അദ്ദേഹം പൂർത്തിയാക്കിയത്. അതിനുമുൻപു 1907 ൽ തന്നെ തന്റെ വിഖ്യാത കൃതിയായ *അമ്മ* പുറത്തുവന്നിരുന്നു.

ഗോർക്കിയുടെ വിപ്ലവാദർശങ്ങളിൽ ആകൃഷ്ടനായ കമ്യൂണിസ്റ്റ് ആചാര്യനായ ലെനിൻ ഇതിനോടകം അദ്ദേഹവുമായി ഉറ്റ സൗഹൃദത്തിലെത്തിയിരുന്നു. തന്റെ *അമ്മ* എന്ന നോവൽ ഇതിനോടകം വായിച്ചിരുന്ന ആ ജനനായകൻ ഗോർക്കിയിൽ ഏറെ വിശ്വാസമർപ്പിച്ചു. വളരെ മോശമായ ആരോഗ്യസ്ഥിതിയിലും ഭാരിച്ച ചുമതലകൾ ഏറ്റെടുത്തു നടത്തിയിരുന്ന ഗോർക്കി, ലെനിന്റെ നിർബ്ബന്ധത്തിനുവഴങ്ങി ഒടുവിൽ രോഗചികിത്സയ്ക്കായി ജർമ്മനിയിലേക്കു പുറപ്പെട്ടു. ചികിത്സകൾക്കുശേഷം ഗോർക്കി അവിടെ സോറെൻറോവിൽ സ്ഥിരതാമസമാക്കി. ആ നാളുകളിലാണ് തന്റെ വിപ്ലവാചാര്യനായിരുന്ന ലെനിൻ ഈ ലോകത്തോടു യാത്രപറയുന്നത്. അത് ഗോർക്കിയുടെ ജീവിതത്തിൽ വലിയ പ്രഹരമാണേല്പിച്ചത്. 1928 ൽ റഷ്യയിൽ മടങ്ങിയെത്തിയ ഗോർക്കിക്ക് ഹൃദ്യമായ സ്വീകരണമാണ് ലഭിച്ചത്. വിപ്ലവത്തെക്കുറിച്ചുള്ള മൂന്നു നാടകങ്ങൾ എഴുതാൻ ആ നാളുകളിൽ ഗോർക്കി തീരുമാനിച്ചെങ്കിലും *യെഗർ ബുലി ചോഫ്*, *ഡോ. സ്റ്റിഗാഫും മറ്റും* എന്നീ നാടകങ്ങളേ പൂർത്തിയാക്കാൻ കഴിഞ്ഞുള്ളൂ.

നിരവധി കൃതികൾ ലോകത്തിനു സമ്മാനിച്ച ആ അതുല്യപ്രതിഭയെ ലോകം എന്നെന്നും കൊണ്ടാടുന്നത് *അമ്മ* എന്ന തന്റെ സോഷ്യൽ റിയലിസ്റ്റ് നോവലിലൂടെയാണ്. യഥാർത്ഥ സംഭവങ്ങളെ അടിസ്ഥാനമാക്കി രചിച്ച ആ കൃതിയിൽ തൊഴിലാളി വർഗ്ഗത്തിന്റെ ജീവിതം, ഏകാധിപത്യത്തിനെതിരായ ജനകീയ സമരങ്ങൾ, തൊഴിലാളികൾക്കിടയിലെ വർഗ്ഗബോധത്തിന്റെ ആവിർഭാവം തുടങ്ങിയവ ഏറ്റവും ഹൃദ്യമായി അവതരിപ്പിക്കുന്നു. സമൂഹത്തിലെ ഉച്ചനീചത്വങ്ങൾക്കെതിരെ അതിശക്തമായി രംഗത്തിറങ്ങി അധികാരികളുടെ ശിക്ഷ ഏറ്റുവാങ്ങി നാടുകടത്തപ്പെടുന്ന നായക കഥാപാത്രം, തന്റെ മകന്റെ ആശയങ്ങൾ സമൂഹത്തിനു പകർന്നുനല്കുന്നതിൽ സായൂജ്യം കണ്ടെത്തി അധികാരികളാൽ വധിക്കപ്പെടുന്ന അമ്മ തുടങ്ങി നോവലിലെ ചെറുതും വലുതുമായ ഓരോ കഥാപാത്രങ്ങളും തലയെടുപ്പോടെ അരങ്ങത്തു പ്രത്യക്ഷപ്പെടുന്നു.

നോവലിസ്റ്റ് *അമ്മ*യുടെ രചന ആരംഭിക്കുന്നത് 1906 ൽ താൻ അമേരിക്കയിൽ താമസിക്കുമ്പോഴാണ്. എന്നാൽ നോവൽ എഴുതിത്തീർക്കുമ്പോൾ തന്റെ വാസം ഇറ്റലിയിലെ കാപ്രി ദ്വീപിലേക്ക് മാറ്റിയിരുന്നു. നോവൽ എഴുതിക്കഴിഞ്ഞപ്പോൾ റഷ്യയിൽ നിയന്ത്രണങ്ങൾ കർശനമായിരുന്നതിനാൽ കൃതിയുടെ സംക്ഷിപ്തരൂപം മാത്രമേ പ്രകാശിതമായുള്ളൂ. എന്നാൽ റഷ്യൻ ഭാഷയിലുള്ള നോവലിന്റെ പൂർണ്ണരൂപം വിപ്ലവത്തിനുശേഷം 1917 ൽ പ്രസിദ്ധീകരിക്കപ്പെട്ടു. ലോകരാഷ്ട്രങ്ങളിലെല്ലാം നോവലിന്റെ വിവർത്തനങ്ങൾ പുറത്തിറക്കി. നോവൽ പിറന്നു നൂറ്റാണ്ടുകൾക്കുശേഷവും *അമ്മ*യുടെ വായന ഇന്നും ലോകമെമ്പാടും ആഘോഷിക്കപ്പെടുന്നു.

പന്ത്രണ്ടു ചെറുകഥാസമാഹാരങ്ങളും പതിനഞ്ചു നാടകങ്ങളും പ്രസിദ്ധീകരിച്ച ഗോർക്കിയുടെ മറ്റു പ്രധാന നോവലുകൾ *ഫോമ ഗോർഡെയേവ്, അവർ മൂന്നുപേർ, ആർത്ര മോണോഥ് ബിസിനസ്* എന്നിവയാണ്.

വിപ്ലവാനന്തരറഷ്യയിൽ പ്രശസ്തിയുടെ കൊടുമുടികൾ കീഴടക്കി ജനമനസ്സുകളിൽ ചിരപ്രതിഷ്ഠനേടിയ ആ അതുല്യപ്രതിഭ 1939 ൽ തന്റെ 71-ാം വയസ്സിൽ കഥാവശേഷനായി.

ഇവാൻ തുർഗെനീവ്

ശ്രുതിമധുരമായി എഴുതി ജനമനസ്സുകൾ കീഴടക്കിയ റഷ്യൻ നോവലിസ്റ്റ്

തന്റെ കൃതികളിലൂടെ റഷ്യയിലെ സാമൂഹ്യപോരാട്ടങ്ങളിൽ നിർണ്ണായക സ്വാധീനം ചെലുത്തിയ റഷ്യൻ നോവലിസ്റ്റ് ഇവാൻ തുർഗെനീവ് 1815 ൽ റഷ്യയിലെ ഓറൽ എന്ന സ്ഥലത്തു ജനിച്ചു. പുരാതന പ്രഭുകുടുംബത്തിൽ പെട്ടവരായിരുന്നു അദ്ദേഹത്തിന്റെ മാതാപിതാക്കൾ. അമ്മ ഒറ്യോൾ ഗുബേർണിയയിലെ ഏറ്റവും വലിയ ജന്മിയായിരുന്നു. ലക്ഷത്തിലധികം ഹെക്ടർ ഭൂമിയും അയ്യായിരം അടിയാളരും അവരുടെ അധീനതയിലുണ്ടായിരുന്നു. അടിയാളരോടു ഏറ്റവും നിന്ദ്യമായി പെരുമാറിയിരുന്ന ആ സ്ത്രീ അടിയാള സമ്പ്രദായത്തോടു ബാലനായ തുർഗെനീവിൽ എതിർപ്പുണ്ടാക്കാൻ ഇടയാക്കി. ഇതുമൂലം ആ ബാലനു അമ്മയുമായി പൊരുത്തപ്പെട്ടുപോകാൻ കഴിഞ്ഞിരുന്നില്ല. 1827 ൽ മോസ്ക്കോയിലേക്കു താമസം മാറ്റിയ തുർഗെനീവ് അവിടെ ഒരു ബോർഡിങ് സ്കൂളിൽ വിദ്യാഭ്യാസം ആരംഭിച്ചു. 1833 ൽ മോസ്ക്കോ സർവ്വകലാശാലയിൽ സാഹിത്യവിദ്യാർത്ഥിയായി ചേർന്നു. തുർന്ന് ആ കുടുംബം സെന്റ്പീറ്റേഴ്സ് ബർഗിൽ താമസം മാറിയതിനാൽ അവിടെ സെന്റ്പീറ്റേഴ്സ് ബർഗ് സർവ്വകലാശാലയിൽ ഭാഷാശാസ്ത്ര വകുപ്പിൽ പഠനം ആരംഭിച്ചു. അക്കൊല്ലം തന്നെ സാഹിത്യരചനയ്ക്കു തുടക്കംകുറിച്ച ആ യുവാവ് *സ്റ്റെനോ* എന്ന പേരിൽ

ഒരു നാടകം രചിക്കുകയുണ്ടായി. 1836 ൽ ബിരുദം നേടിയ തുർഗെനീവ് തുടർന്നു കവിതാരചനയിൽ വ്യാപൃതനായി. 1843 ന് ആദ്യ കൃതി പുറത്തുവന്നു. ഒരു കാവ്യനാടക ലേഖനസമാഹാരമായിരുന്നു അത്.

ഈ കാലഘട്ടത്തിലാണ് പ്രശസ്ത എഴുത്തുകാരായ ബെലിൻസ്കി, ദസ്തേയ്വ്സ്കി എന്നിവരുമായി അദ്ദേഹം പരിചയം സ്ഥാപിക്കുന്നത്. അടുത്ത വർഷം *മൂന്നു ചിത്രങ്ങൾ* എന്ന തന്റെ ആദ്യനോവൽ പ്രസിദ്ധീകരിക്കപ്പെട്ടു. *ഒരു വേട്ടക്കാരന്റെ ചിത്രീകരണങ്ങൾ* എന്ന ചെറുകഥാസമാഹാരമാണ് പിന്നീട് പുറത്തുവന്നത്. റഷ്യയിലെ അടിയാന്മാരുടെ വിമോചനത്തിനിടയാക്കിയ കൃതികളുടെ കൂട്ടത്തിൽ ഈ പുസ്തകവും ഇടം നേടി. ഒരു നാടകകൃത്തെന്ന നിലയിലും ഇക്കാലത്ത് അദ്ദേഹം ശ്രദ്ധിക്കപ്പെടാൻ തുടങ്ങി.

1848 ൽ പാരീസിൽ അരങ്ങേറിയ വിപ്ലവപ്രവർത്തനങ്ങൾക്ക് സാക്ഷ്യം വഹിക്കേണ്ടിവന്ന തുർഗെനീവ്, ഗോഗോളിന്റെ മരണം സംബന്ധിച്ച് എഴുതിയ ഒരു ലേഖനം അധികാരികളെ ചൊടിപ്പിക്കുകയും അദ്ദേഹം അറസ്റ്റുചെയ്യപ്പെടുകയുമുണ്ടായി. പതിനെട്ടു മാസത്തോളം തന്റെ എസ്റ്റേറ്റിൽ വീട്ടുതടങ്കലിൽ കഴിയേണ്ടിവന്ന അദ്ദേഹം സാഹിത്യരചനയ്ക്ക് കൂടുതൽ സമയം നീക്കിവച്ചു. തുടർന്ന് രഹസ്യമായി മോസ്ക്കോയിലേക്കു ചേക്കേറി. അവിടെ തന്റെ ചിരകാല സുഹൃത്തായിരുന്ന ചോളിൻ വിയാർദ്ദോയെ സന്ദർശിച്ചു.

1855 ലാണ് അദ്ദേഹം ടോൾസ്റ്റോയിയെ പരിചയപ്പെടുന്നത്. ആ അതുല്യപ്രതിഭയുടെ ലോകവീക്ഷണം തുർഗെനീവിന്റെ പ്രതിഭയ്ക്കു ഉണർത്തുപാട്ടായി. അടുത്ത കൊല്ലം തന്റെ *റൂദിൻ* എന്ന ശ്രദ്ധേയ നോവൽ പുറത്തുവന്നു. 1857 ലെ ലണ്ടൻ സന്ദർശനം നിരവധി ഇംഗ്ലീഷ് എഴുത്തുകാരുമായി പരിചയം സ്ഥാപിക്കുന്നതിന് അവസരമൊരുക്കി. മടങ്ങിയെത്തിയ അദ്ദേഹം അനേകം ശ്രദ്ധേയ കൃതികൾക്കു രൂപം നല്കി. *ആധ്യ, മാന്യന്മാരുടെ കൂട്, തലേന്നാൾ, ആദ്യപ്രേമം, പിതാക്കളും പുത്രന്മാരും* എന്നിവ ആ കാലഘട്ടത്തിൽ രചിച്ച കൃതികളാണ്. തുടർന്ന് ഫ്രഞ്ച് സാഹിത്യകാരന്മാരായ ഡോളയേയും, ദോദേയേയും, ശ്രീമതി ജോർജ്ജ് സാൻഡിനേയും പരിചയപ്പെട്ടു. വീണ്ടും പല സാഹിത്യകാരന്മാരും അദ്ദേഹത്തിന്റെ സുഹൃദ്വലയത്തിലെത്തിച്ചേർന്നു. അവരിൽ ഫ്ളോബേർ, ഉസ്പെൻസ്കി, മോപ്പസാങ് എന്നീ അതുല്യ പ്രതിഭാശാലികളും ഉൾപ്പെടുന്നു. ആ നാളുകളിൽ നിരവധി ഗദ്യകാവ്യങ്ങൾക്കും അദ്ദേഹം രൂപം നല്കി.

പിതാക്കളും പുത്രന്മാരും എന്ന നോവലാണ് തുർഗെനീവിനെ ഏറ്റവും ശ്രദ്ധേയനാക്കിയ കൃതി. എഴുത്തുകാരന്റെ വ്യക്തിമുദ്ര അതിശക്തമായി പതിഞ്ഞിട്ടുള്ള ഈ നോവലിനെപ്പറ്റി പ്രശസ്ത എഴുത്തുകാരനായ ആന്റൺ ചെക്കോവ് പറഞ്ഞിരിക്കുന്നത് ആ ഗാംഭീര നോവൽ ഇത്രയും തന്മയത്വമായി എഴുതിഫലിപ്പിക്കാൻ അദ്ദേഹത്തിന് എങ്ങനെ സാധിച്ചുവെന്ന് ദൈവത്തിനു മാത്രമേ അറിയൂ എന്നാണ്. നിരന്തരം പരി

വർത്തനങ്ങൾക്ക് വിധേയമായിരുന്ന രണ്ടു തലമുറകളുടെ ദുരന്ത കഥ യാണ് ഈ കൃതിയിലൂടെ നോവലിസ്റ്റ് അവതരിപ്പിക്കുന്നത്.

മാതാപിതാക്കളുടെ സ്നേഹവാത്സല്യങ്ങൾ, സുഹൃത്തുക്കളുമാ യുള്ള ചങ്ങാത്തം, തന്റെ പ്രണയജീവിതം തുടങ്ങി ഒന്നും നോവലിലെ നായകനായ ബസാറൊവിൽ കാര്യമായ ചലനങ്ങളൊന്നുമുണ്ടാക്കുന്നില്ല. ഒന്നിലും വിശ്വാസമില്ലാത്ത ഈ കഥാപാത്രം ഈശ്വരനിലോ, സമൂഹ ത്തിലോ, ആദർശജീവിത വഴികളിലോ ഉറച്ചുനില്ക്കാതെ ഒരു ദുരന്തക ഥാപാത്രമായി നമുക്കു മുന്നിലെത്തുന്നു. 19-ാം നൂറ്റാണ്ടിലെ പാശ്ചാത്യ വല്കൃത റഷ്യൻ സംസ്കാരത്തിന്റെ അതിസൂക്ഷ്മമായ ചിത്രമാണ് കഥാ നായകനിലൂടെ നോവലിസ്റ്റ് നമുക്കു മുന്നിൽ അവതരിപ്പിക്കുന്നത്. ആ കാലയളവിലെ റഷ്യയെ പ്രതിനിധാനം ചെയ്യുന്ന ഈ കൃതി മിക്ക ലോക ഭാഷകളിലും വിവർത്തനം ചെയ്യപ്പെടുകയുണ്ടായി. ഒന്നര നൂറ്റാണ്ടോളം പിന്നിട്ടെങ്കിലും *പിതാക്കളും പുത്രന്മാരും* ഇന്നും അനുവാചകരുടെ ചിന്ത കൾക്കു വെളിച്ചം പകർന്നു മുന്നേറുകയാണ്.

തന്റെ സാഹിത്യസപര്യയിലൂടെ നോവലിസ്റ്റിന്റെ പ്രസിദ്ധി ഉച്ചകോ ടിയിലെത്തിയിരുന്ന അവസരത്തിലാണ് ഏവരെയും ദുഃഖത്തിലാഴ്ത്തി കൊണ്ട് തുർഗെനീവ് 1883 ൽ തന്റെ 65-ാം വയസ്സിൽ ഈ ലോകത്തോടു വിടപറഞ്ഞത്. സെന്റ് പീറ്റേഴ്സ് ബർഗ്ഗിലെ വോൾക്കവാ സെമിത്തേരി യിൽ അന്തിമവിശ്രമം കൊള്ളുന്ന ആ മാന്ത്രിക പ്രതിഭ ഇന്നും ജന മനസ്സുകളിൽ ജീവിക്കുന്നു.

ന്യൂട്ട് ഹാംസൻ

മിന്നലിന്റെ ചടുലതയോടെ മനസ്സുകൾ കീഴടക്കിയ നോർവീജിയൻ നോവലിസ്റ്റ്

മനസ്സിന്റെ ഉള്ളറകളിലേക്ക് ഊളിയിട്ടിറങ്ങി അന്തരാത്മാവിന്റെ നിഗൂഢവ്യാപാരങ്ങളെ അനുവാചകർക്ക് പകർന്നുനല്കിയ നോർവീജിയൻ നോവലിസ്റ്റ് ന്യൂട്ട് ഹാംസൻ 1859 ആഗസ്ത് 4 ന് നോർവയിലെ ലോമിൽ ജനിച്ചു. തീരെ ദരിദ്രമായ ബാല്യം ഒറ്റപ്പെടലിന്റെയും വറുതിയുടെയും നാളുകളാണ് ആ ബാലന് സമ്മാനിച്ചത്.

ജീവിക്കാനായി എന്തു തൊഴിലും ചെയ്യാൻ തയ്യാറായ ഹാംസൻ ചെരുപ്പുകുത്തി മുതൽ റോഡുപണിക്കാരൻവരെ വിവിധ ജോലികളിൽ ഏർപ്പെട്ടു. ഒടുവിൽ ട്രാം ഡ്രൈവറുടെ ജോലിയിലാണ് അഭയം കണ്ടെത്തിയത്. പീഡിതമായ ആ ബാല്യം ആ യുവാവിന് സമ്മാനിച്ചത് ഗുരുതരമായ നാഡീരോഗമാണ്. തന്റെ 17-ാം വയസ്സിൽ ഒരു കയറു നിർമ്മാണശാലയിൽ അപ്രന്റീസായി നിയമിതനായതോടെയാണ് ആ യുവാവ് തന്നിലൊരു എഴുത്തുകാരൻ ഒളിഞ്ഞുകിടപ്പുണ്ടെന്ന യാഥാർത്ഥ്യം തിരിച്ചറിഞ്ഞത്.

എല്ലാവർക്കും അജ്ഞാതനായിരുന്ന ന്യൂട്ട് ഹാംസന്റേതായി 30-ാം വയസ്സിൽ തികച്ചും അവിചാരിതമായാണ് ഒരു ചെറിയ പുസ്തകം

പുറത്തുവന്നത്. *ആധുനിക അമേരിക്കയിലെ ബുദ്ധിപരമായ ജീവിതം* അതായിരുന്നു പുസ്തകത്തിന്റെ പേര്. വളരെ ചുരുങ്ങിയ നാളുകൾക്കുള്ളിൽ പുസ്തകം ചർച്ചാവിഷയമായി. പുസ്തകം വായിച്ചവർ എഴുത്തുകാരനെപ്പറ്റി അറിയാൻ ജിജ്ഞാസുക്കളായി. എല്ലാവരെയും അത്ഭുതപ്പെടുത്തിക്കൊണ്ട് ആദ്യ കൃതിക്ക് തൊട്ടുപിന്നാലെ അതേ എഴുത്തുകാരന്റെ *വിശപ്പ്* എന്ന നോവൽ പുറത്തുവന്നു. അതുവരെ നിലവിലുണ്ടായിരുന്ന രചനാരീതിക്ക് നവഭാഷ്യം ചമച്ചുകൊണ്ടുള്ള പുതുമയേറിയ ആവിഷ്കാരം, തികച്ചും നൂതനമായ കഥാശില്പം എന്നിവ വായനക്കാരിൽ സമ്മിശ്ര പ്രതികരണം ഉളവാക്കി. നോവൽ ദുർഗ്രഹമാണെന്ന കാരണം പറഞ്ഞ് പലരും നോവലിന് മുഖം തിരിച്ചു. ശരീരത്തിന്റെ വിശപ്പിനെപ്പറ്റി മാത്രമല്ല നോവലിസ്റ്റിനു പറയാനുണ്ടായിരുന്നത്; ആത്മാവിന്റേതു കൂടിയായ വിശപ്പ് പുറംലോകത്തെത്തിക്കാൻ, മനസ്സിന്റെ നിഗൂഢതകളിലേക്ക് കടന്നിറങ്ങാൻ നോവലിസ്റ്റ് നടത്തിയ ശ്രമം നോവലിന് പുതിയ മാനം നല്കി. ബോധധാരാ സങ്കേതവും ആത്മഭാഷണശൈലിയും സ്വീകരിച്ച നോവലിസ്റ്റ് തൊട്ടാവാടിയായ ഒരു മനസ്സിന്റെ പീഡനങ്ങൾ അതിസൂക്ഷ്മമായി അവതരിപ്പിക്കുകയായിരുന്നു. താൻ ഉപയോഗിക്കുന്ന വാക്കുകൾ സ്വർണ്ണംപോലെ വിലപ്പെട്ടതാണെന്ന് തിരിച്ചറിഞ്ഞ നോവലിസ്റ്റ് തികഞ്ഞ അവധാനത്തോടെയാണ് നോവൽ രചിച്ചത്.

ചില പ്രത്യേക സ്വഭാവവിശേഷങ്ങൾ പുലർത്തിയിരുന്ന നോവലിസ്റ്റ് ശരിക്കുമൊരു നാണംകുണുങ്ങിയായിട്ടാണ് ജീവിച്ചിരുന്നത്. തന്റെ രചനാനിമിഷങ്ങൾക്കുശേഷം വീടിന്റെ നാലു ചുവരുകൾക്കുള്ളിൽ കുട്ടികളോടും മറ്റു കുടുംബാംഗങ്ങളോടുമൊപ്പം സുഖദുഃഖങ്ങൾ പങ്കിട്ടു ജീവിക്കാനാണ് അദ്ദേഹം ഇഷ്ടപ്പെട്ടത്.

ന്യായവും നീതിയും ജീവിതത്തിലുടനീളം കാത്തുസൂക്ഷിച്ച ഈ പ്രതിഭാശാലിയുടെ ആത്മകഥാംശങ്ങൾ തുടർന്ന് പ്രസിദ്ധീകരിച്ച പല കൃതികളിലും കാണാൻ കഴിയും. ഇരുപതിലേറെ നോവലുകൾ, നാടകങ്ങൾ, ചെറുകഥകൾ, ലേഖനസമാഹാരങ്ങൾ എന്നിവ രചിച്ച അദ്ദേഹത്തിന്റെ മറ്റു ശ്രദ്ധേയകൃതികൾ *മിസ്റ്ററീസ്, പാൻ, വിക്ടോറിയ, ഗ്രോത്ത് ഓഫ് സോയിൽ* തുടങ്ങിയവയാണ്.

ഏകാന്തതയിലും കടുത്ത അവഗണനയിലും കഴിച്ചുകൂട്ടിയ യൗവനകാലചിത്രങ്ങൾ പല കൃതികളിലും അതിശക്തമായി ആവിഷ്കരിക്കപ്പെട്ടിരിക്കുന്നു.

എന്തു പറയുന്നു എന്നതിലുപരി എങ്ങനെ പറയുന്നു എന്നതിന് പ്രാധാന്യം നല്കിയ ഈ മഹാപ്രതിഭയുടെ *ഗ്രോത്ത് ഓഫ് ദ സോയിൽ* എന്ന കൃതിക്ക് 1920 ലെ സാഹിത്യത്തിനുള്ള നോബൽ സമ്മാനം ലഭിക്കുകയുണ്ടായി. ഇതിനേക്കാൾ അർഹനായ ഒരാളെ ഇതിനു മുമ്പ് ഈ അപൂർവ്വബഹുമതിക്കായി കണ്ടെത്താനായിട്ടില്ലെന്നാണ് പ്രമുഖ എഴുത്തുകാരനായ തോമസ് മൻ ആ സമ്മാനലബ്ധിയെപ്പറ്റി അഭിപ്രാ

യപ്പെട്ടത്. ഇതിനുപുറമെ പ്രസിദ്ധമായ 'ഗെയ്ഥെ മെഡലും' 1934 ൽ ഈ എഴുത്തുകാരന് ലഭിക്കുകയുണ്ടായി. 1954 ൽ പതിനഞ്ച് വാല്യങ്ങളിലായി ന്യൂട്ട് ഹാംസന്റെ സമ്പൂർണ്ണ കൃതികൾ പ്രകാശിപ്പിക്കപ്പെട്ടു. കൂടാതെ അദ്ദേഹത്തിന്റെ രചനകളെ ആസ്പദമാക്കി നിരവധി ചലച്ചിത്രങ്ങളും നിർമ്മിക്കപ്പെടുകയുണ്ടായി.

92 വർഷം ഈ ഭൂമുഖത്ത് ജീവിച്ച ആ പ്രതിഭാശാലിയുടെ അന്ത്യനാളുകൾ രോഗത്തിലും കടുത്ത ഏകാന്തതയിലും അവഗണനയിലും കലാശിച്ചു. 1952 ൽ നോർവയിലെ സ്വന്തം ഭവനത്തിൽ വെച്ച് ന്യൂട്ട് ഹാംസൻ അന്തരിച്ചു. ജീവിതത്തിൽ ഒറ്റപ്പെടൽ അനുഭവിച്ചതുപോലെ മരണത്തിലും അദ്ദേഹം പൂർണ്ണമായി അവഗണിക്കപ്പെട്ടു. രണ്ടാം ലോകമഹായുദ്ധകാലത്ത് സ്വന്തം നാടിനെ ആക്രമിച്ചു കീഴടക്കിയ നാസികളെ അദ്ദേഹം പിന്താങ്ങി എന്ന കാരണത്താൽ മാധ്യമലോകം ആ മരണത്തെ പൂർണ്ണമായും തമസ്കരിക്കുകയാണുണ്ടായത്.

ഒക്ടാവിയെ പാസ്

മാനവികസമഗ്രത കാത്ത് സൂക്ഷിച്ച നയതന്ത്രകാരൻ

ഭാഷയുടെ അർത്ഥതലങ്ങൾ ദേശകാലങ്ങൾക്കതീതമാണെന്ന് വിശ്വസിച്ചുകൊണ്ട് ഉദാത്ത കവിതകൾ ലോകത്തിനു സമ്മാനിച്ച സർറീയലിസ്റ്റ് കവി ഓക്ടാവിയെ പാസ് 1914 മാർച്ച് 31ന് മെക്സിക്കോയിൽ ജനിച്ചു. പിതാവ് മെക്സിക്കോക്കാരനും മാതാവ് സ്പെയിൻകാരിയുമായിരുന്നു.

മെക്സിക്കൻ ആഭ്യന്തരയുദ്ധത്തിന്റെ യാതനകൾക്കു നടുവിൽ വളർന്ന ഈ ബാലൻ, താൻ പഠിച്ച റോമൻ കത്തോലിക്ക വിദ്യാലയാധികൃതരുടെ കഠിനമായ അച്ചടക്കം കൊണ്ടാവാം, നിരീശ്വരവാദിയായിട്ടാണ് വളർന്നു വന്നത്. മെക്സിക്കൻ യൂണിവേഴ്സിറ്റിയിലെ വിദ്യാഭ്യാസത്തിനു ശേഷം 1945 ൽ മെക്സിക്കൻ നയതന്ത്രകാര്യാലയത്തിൽ ജോലി സ്വീകരിച്ച അദ്ദേഹം സാൻ ഫ്രാൻസിസ്കോ, ന്യൂയോർക്ക്, പാരീസ്, ടോക്കിയോ, ജനീവ എന്നിവിടങ്ങളിലെ നയതന്ത്രകാര്യാലയങ്ങളിൽ നയതന്ത്രപ്രതിനിധിയായി ജോലി നോക്കി.

1960 ലാണ് അദ്ദേഹം ഡൽഹിയിൽ മെക്സിക്കോയുടെ ഇന്ത്യൻ അംബാസിഡറായി നിയമിതനാവുന്നത്. വെറും ഒരു നയതന്ത്രപ്രതിനിധി എന്നതിലുപരി ഇന്ത്യൻ കവികളും കലാകാരന്മാരുമായി സൗഹൃദം സ്ഥാപിച്ച അദ്ദേഹം പ്രഗത്ഭ സാഹിത്യകാരന്മാരുമായും ചരിത്രകാരന്മാരുമായും സജീവ ബന്ധം നിലനിർത്താൻ ശ്രദ്ധിച്ചിരുന്നു. തന്റെ ജീവിതസഖിയെ കവി കണ്ടെത്തിയതുപോലും ഡൽഹിയിൽവച്ചായിരുന്നു.

വിദേശ എഴുത്തുകാരനായിരുന്നെങ്കിലും ഇന്ത്യൻ ജീവിതം അദ്ദേഹത്തെ കാര്യമായി സ്വാധീനിച്ചു. തന്റെ ജന്മനാടായ മെക്സിക്കോയും ഇന്ത്യയും തമ്മിൽ ചരിത്ര-സാമൂഹിക-ആചാരകാര്യങ്ങളിൽ പുലർത്തിയിരുന്ന ബന്ധം അത്ര ശക്തമായിരുന്നു.

ഇന്ത്യയിൽ താൻ ചെലവഴിച്ച വർഷങ്ങളിൽ ഇവിടത്തെ മതങ്ങൾ, താന്ത്രികതത്ത്വശാസ്ത്രം തുടങ്ങിയവയെക്കുറിച്ചു പഠിക്കാൻ സമയം കണ്ടെത്തിയ അദ്ദേഹം ഇവയെക്കുറിച്ചു പ്രതിപാദിക്കുന്ന *ദ മങ്കി ഗ്രമേറിയൻ* എന്ന പുസ്തകം രചിക്കുകയുണ്ടായി.

1968 ൽ ഒളിമ്പിക് മത്സരം നടക്കുമ്പോൾ സമരവുമായി രംഗത്തെത്തിയ വിദ്യാർത്ഥികളോട് മെക്സിക്കൻ ഗവൺമെന്റ് നിർദ്ദയമായി പെരുമാറിയതിൽ പ്രതിഷേധിച്ച് അദ്ദേഹം തന്റെ ജോലി രാജിവയ്ക്കുകയും പിന്നീട് കേംബ്രിഡ്ജ്, ഹാർവാർഡ് യൂണിവേഴ്സിറ്റികളിൽ പ്രൊഫസറായി സേവനമനുഷ്ഠിക്കുകയും ചെയ്തു.

1933 ൽ 19-ാം വയസ്സിൽ പാസ് തന്റെ പ്രഥമ കവിതാസമാഹാരമായ *ഫോറസ്റ്റ് മൂൺ* പ്രസിദ്ധീകരിച്ചു. എന്നാൽ 1937 ൽ പ്രകാശിതമായ *ബെനീത്ത് യുവർ ക്ലിയർ ഷാഡോ* എന്ന കവിതാ സമാഹാരമാണ് പാസിന്റെ കവിതകളെ വായനക്കാരിലേക്കടുപ്പിക്കാൻ ഇടയാക്കിയത്. തുടർന്ന് *ഈസ്റ്റേൺ സ്ലോപ്പ്* എന്ന കവിതാസമാഹാരം പ്രകാശിപ്പിച്ച കവി, മരണത്തെയും പുനർജ്ജന്മത്തേയും മുഖ്യപ്രമേയമാക്കി എഴുതിയ കവിതാസമാഹാരമാണ് *സാലമാൻഡർ*. ഇന്ത്യൻ പ്രകൃതിയും പൗരാണിക പാരമ്പര്യവും പാസിൽ ഏല്പിച്ച സ്വാധീനം, അദ്ദേഹത്തിന്റെ *ദ കളക്ടഡ് പോയംസ് 1957-87* എന്ന സമാഹാരത്തിലെ പല കവിതകളിലും ദർശിക്കാൻ കഴിയും.

കവി എന്ന നിലയ്ക്ക് ലോകപ്രശസ്തി നേടിയ പാസിന്റെ മൗലികത്വമുള്ള ചിന്തകൾ തിളങ്ങി നില്ക്കുന്ന രചനകളാണ് അദ്ദേഹത്തിന്റെ ലേഖനങ്ങൾ. കവി ലോകത്തിനു സമ്മാനിച്ച പ്രശസ്തമായ ലേഖന സമാഹാരങ്ങളാണ് *ദ ബോ ആൻഡ് ദ ലൈർ, ഓൾട്ടർനേറ്റിങ് കാന്റ്, കൺജങ്ഷൻ ആന്റ് ഡിസ്ജങ്ഷൻ, ചിൽഡ്രൻ ഓഫ് ദ മൈർ* എന്നിവ. സമൂഹത്തോട് വളരെ പ്രതിബദ്ധത കാത്തുസൂക്ഷിച്ച എഴുത്തുകാരൻ എന്ന നിലയ്ക്ക് തന്റെ വീക്ഷണങ്ങൾ സത്യസന്ധമായും അവസരോചിതമായും പ്രതിഫലിപ്പിക്കാൻ അദ്ദേഹം തന്റെ ലേഖനങ്ങളെയാണ് ഉപയോഗിച്ചത്.

ഇന്ത്യയുമായി നല്ല ബന്ധം കാത്തു സൂക്ഷിച്ചിരുന്ന ഓക്ടാവിയെ പാസ് ഇന്ത്യയെ പശ്ചാത്തലമാക്കി പല സാഹിത്യസൃഷ്ടികളും നടത്തുകയുണ്ടായി. സാഹിത്യരംഗത്ത് ഈ പ്രതിഭാശാലി ചെയ്ത സമഗ്ര സംഭാവനകളെ വിലയിരുത്തി 1990 ലെ സാഹിത്യത്തിനുള്ള നോബൽ സമ്മാനം ഓക്ടാവിയെ പാസിനു ലഭിച്ചു.

മാനവികമായ സമഗ്രതയും ഇന്ദ്രിയഗോചരമായ വിവേകവും ഉൾക്കൊള്ളുന്ന പാസിന്റെ വിസ്തൃതവും വികാരതീക്ഷ്ണവുമായ രചനാപ്രപഞ്ചത്തിനു നല്കപ്പെട്ട ഈ അപൂർവ്വ ബഹുമതി മെക്സിക്കൻ ജനതയ്ക്കെന്നപോലെ ഭാരതീയർക്കും അഭിമാനത്തിനു വക നല്കുന്നു.

വില്യം ബ്ലേക്ക്

മിസ്റ്റിക്ക് അനുഭൂതികളുമായി ഒരു സ്വപ്നാടകൻ

വിചിത്രമായ സ്വഭാവസവിശേഷതകൾകൊണ്ട് ജനശ്രദ്ധ പിടിച്ചടക്കിയ വില്യം ബ്ലേക്ക് 1757 നവംബർ 28 ന് ലണ്ടനിലെ സോഹോ എന്ന പട്ടണത്തിൽ ജനിച്ചു. ആ ബാലന് ചെറുപ്പത്തിലേ അപൂർവ്വ ദർശനങ്ങൾ കാണുവാനുള്ള സിദ്ധി ഉണ്ടായിരുന്നതായി പറയപ്പെടുന്നു. നാലു വയസ്സിൽ ദൈവത്തിൽനിന്നും ദർശനം ലഭിച്ച വില്യം ഒരു മലഞ്ചെരുവിലൂടെ നടന്നു പോകുമ്പോൾ ഒരു മരം നിറയെ മാലാഖമാർ നില്ക്കുന്നതായി ദർശിച്ചുവത്രെ!

പിതാവ് ജയിംസ് ബ്ലേക്ക് തുന്നൽപ്പണിക്കാരനായിരുന്നു. പത്തുവയസ്സുവരെ മാത്രം ഔപചാരികവിദ്യാഭ്യാസം ലഭിച്ച ബ്ലേക്കിന്, മാതാവ് കാതറിൻ ആണ് തുടർന്നു വിദ്യാഭ്യാസം നല്കിയത്. പ്രാഥമിക വിദ്യാഭ്യാസം ലഭിച്ചുകഴിഞ്ഞപ്പോൾ തനിക്കൊരു ചിത്രകാരനാവാനാണ് മോഹമെന്ന തന്റെ ആഗ്രഹം അവൻ മാതാപിതാക്കളെ അറിയിച്ചു. ചെറുപ്പത്തിലേ അസാധാരണ സ്വഭാവവിശേഷങ്ങൾ പ്രകടമാക്കിയ തങ്ങളുടെ മകൻ പ്രത്യേകിച്ചേതെങ്കിലുമൊരു രംഗത്തു പ്രതിഭ തെളിയിക്കട്ടെ എന്നു കരുതി അവർ അവനെ ഡ്രോയിങ് സ്കൂളിലയച്ചു പഠിപ്പിച്ചു. അവിടെ പഠനം തുടർന്നുകൊണ്ടിരിക്കുമ്പോൾ തന്നെ ബ്ലേക്ക് കവിതാരചനയിലും ശ്രദ്ധ തിരിച്ചു. 14-ാം വയസ്സിൽ ബ്ലേക്ക് ഒരു ചിത്രകാരന്റെ സഹായിയായി നിയമിതനായി.

ബ്ലേക്കും സഹധർമ്മിണിയും ചേർന്ന് തന്റെ ഇളയ സഹോദരൻ റോബർട്ടിനെയും ചിത്രരചന പരിശീലിപ്പിച്ചു. എന്നാൽ 1787 ൽ രോഗ ബാധിതനായിത്തീർന്ന റോബർട്ട് മരണത്തിനു കീഴടങ്ങുകയാണുണ്ടായത്.

റോബർട്ടിന്റെ ആത്മാവ് തന്റെ മുറിയുടെ സീലിങ്ങിലൂടെ ഉയർന്നു പൊങ്ങുന്നതായും കൂടെക്കൂടെ സഹോദരന്റെ ആത്മാവ് തന്നെ സന്ദർശിക്കാറുണ്ടായിരുന്നതായും ബ്ലേക്കിനു ദർശനമുണ്ടായതായി പറയപ്പെടുന്നു. മതിഭ്രമം ബാധിച്ചവനെപ്പോലെയുള്ള ബ്ലേക്കിന്റെ വിചിത്ര സ്വഭാവങ്ങൾ പരക്കെ വിമർശനം ക്ഷണിച്ചു വരുത്തുകയുണ്ടായി. അത്യപൂർവ്വ ജീവിതം നയിച്ചിരുന്ന ഈ പ്രതിഭാശാലി 1827 ആഗസ്ത് 12 നു കാലയവനികയ്ക്കുള്ളിൽ മറഞ്ഞു.

താൻ ജീവിച്ചിരുന്ന കാലഘട്ടത്തിൽ നിരൂപകന്മാരുടെ അവഗണന ഏറ്റുവാങ്ങേണ്ടിവന്നെങ്കിലും മരണശേഷം അദ്ദേഹത്തിന്റെ സൃഷ്ടികളിലെ ആവിഷ്കാരഭംഗി, കൃതികളിലൂടെ താൻ സംഭാവന ചെയ്ത മിസ്റ്റിക് അനുഭൂതികൾ എന്നിവ ഏറെ പ്രശംസിക്കപ്പെടുകയുണ്ടായി.

ഡെറെക് വാൽക്കോട്ട്

അനുഭവജ്ഞാനത്തിൽനിന്നും ഉദാത്ത രചനകൾ ലോകത്തിനു സമ്മാനിച്ച കാവ്യപ്രതിഭ

കവി, നാടകകൃത്ത് എന്നീ നിലകളിൽ ഏറെ പ്രശസ്തി പിടിച്ചുപറ്റിയ ഡെറെക് വാൽക്കോട്ട് 1930 ജനുവരി 23 ന് സെന്റ് ലൂസിയായിലെ കാസ്റ്ററീസിൽ ജനിച്ചു.

ചിത്രകാരനും കവിയുമായിരുന്ന പിതാവിന്റെ വേർപാട് നന്നേ ചെറുപ്പത്തിൽത്തന്നെ അനുഭവിക്കേണ്ടിവന്ന ഈ ബാലൻ സഹോദരന്റെയും, സഹോദരിയുടെയും അപൂർവ്വ പുസ്തകശേഖരങ്ങളുടെ വായനയുടെ തണലിലാണ് ചെറുപ്പകാലം കഴിച്ചത്. കലാസാഹിത്യ രംഗങ്ങളോട് പ്രത്യേക മമത കാത്തുസൂക്ഷിച്ചിരുന്ന സ്കൂൾ അദ്ധ്യാപികയായ മാതാവ്, തന്റെ കുട്ടികൾക്ക് കവിതകൾ ഈണത്തിൽ ചൊല്ലിക്കൊടുക്കാൻ സമയം കണ്ടെത്തിയിരുന്നു.

കാസ്റ്ററീസിൽ തന്റെ പ്രാഥമിക വിദ്യാഭ്യാസം പൂർത്തിയാക്കിയ ശേഷം ആ യുവാവ് വെസ്റ്റിന്റീസിലെയും കിങ്സ്റ്റണിലെയും ജമൈക്കയിലെയും യൂണിവേഴ്സിറ്റികളിൽ ഉപരിപഠനം നടത്തി.

1950 ൽ സെന്റ് ലൂസിയയിൽനിന്നും ജമൈക്കയിലേക്കു താമസം മാറ്റിയ അദ്ദേഹം 1959 വരെ അദ്ധ്യാപകനായും പത്രപ്രവർത്തകനായും അവിടെ ജോലി നോക്കി. തുടർന്ന് ജമൈക്കയിൽ ട്രിനിഡാഡ് തിയേറ്റർ വർക്ഷോപ്പ് സ്ഥാപിക്കുകയും അതിന്റെ സ്ഥാപക ഡയറക്ടറായി ചാർജെടുക്കുകയും ചെയ്തു.

വെസ്റ്റിന്ത്യൻ സാഹിത്യത്തിൽ വളരെ സ്വാധീനം ചെലുത്തിയ *ബിം* എന്ന മാസികയിലാണ് അദ്ദേഹം തന്റെ ആദ്യ കവിത പ്രസിദ്ധീകരിച്ചത്. അതോടൊപ്പം ആശയപ്രചരണത്തിനുള്ള ഉപാധിയായി വാൽക്കോട്ട് നാടകങ്ങൾ രചിക്കുകയുണ്ടായി. കവിതകളോട് കൂടുതൽ ആഭിമുഖ്യം പുലർത്തിയിരുന്ന അദ്ദേഹം തുടക്കത്തിൽ എഴുതിയ കവിതകളിൽ പരീക്ഷണാത്മകമായ ചില സിദ്ധാന്തങ്ങൾ ആവിഷ്കരിക്കാനാണ് പ്രധാനമായും ശ്രദ്ധിച്ചത്. അതിവൈകാരികവും അനിശ്ചിതത്വം കലർന്നതുമായ ഭാഷയിൽ രചിക്കപ്പെട്ട ആ കവിതകൾ അദ്ദേഹത്തിന്റെ കാവ്യജീവിതത്തിന്റെ ഒന്നാം ഘട്ടത്തെ കുറിക്കുന്നു. തുടർന്ന് അദ്ദേഹം രചിച്ച കവിതകൾ അനുഭവജ്ഞാനത്തിൽനിന്നും പക്വതയാർജ്ജിച്ച, ഇരുത്തം വന്ന രചനകളായിരുന്നു.

ആദ്യകാല കവിതാ സമാഹാരങ്ങളിൽ ചിലത് *ടൊന്റി ഫൈവ് പോയംസ്* (1948), *എപ്പിക്കാഫ് ഫോർ ദ യങ്* (1949), *പോയംസ്* (1953) എന്നിവയാണ്.

1962 ൽ ലണ്ടനിൽനിന്നും പ്രസിദ്ധീകരിച്ച *ഇൻ എ ഗ്രീൻ നൈറ്റ് പോയംസ് 1948-1960* എന്ന കവിതാസമാഹാരമാണ് വെസ്റ്റിന്ത്യയിലെ ഏറ്റവും ശ്രദ്ധേയനായ കവി എന്ന പേര് അദ്ദേഹത്തിനു നേടിക്കൊടുത്തത്. ഈ കവിക്ക് 1974 ൽ 'ജോക് കാംപ് ബെൽ' അവാർഡും 1980 വെൽഷ് ആർട്സ് കൗൺസിൽ ഇന്റർനാഷണൽ റൈറ്റേഴ്സ് പ്രൈസും ലഭിച്ചു.

സെലക്റ്റഡ് പോയംസ് (1964), *ദ കാസ്റ്റ് എവേ* (1965), *ദ ഗൾഫ്* (1969) എന്നീ കവിതാസമാഹാരങ്ങൾ വായനക്കാർക്കു സമ്മാനിച്ച കവി, 1948 മുതൽ 1984 വരെ രചിച്ച പ്രധാന കവിതകൾ സമാഹരിച്ച് *നെഗറ്റീവ്സ്* എന്ന പേരിൽ ഒരു പുസ്തകം പ്രസിദ്ധീകരിക്കുകയുണ്ടായി.

കരീബിയൻ വംശജരുടെ വർഗ്ഗ, സാംസ്കാരിക സാമ്പത്തിക പ്രശ്നങ്ങൾ അനാവരണം ചെയ്യുകയാണ് അദ്ദേഹം *പോയംസ്* എന്ന തന്റെ കവിതാസമാഹാരത്തിൽ. ഒരു സംയുക്ത കരീബിയൻ രാഷ്ട്രം എന്ന ആശയം അർത്ഥവത്തായി പ്രകാശിപ്പിക്കുന്ന കവിതാസമാഹാരമാണ് 1980 ൽ പ്രസിദ്ധീകരിച്ച *ദ സ്റ്റാർ എപ്പിക് കിങ്ഡം.*

തന്റെ സമഗ്ര സാഹിത്യസംഭാവനകൾക്കുള്ള പ്രത്യേക ബഹുമതിയായി 1992 ലെ സാഹിത്യത്തിനുള്ള നോബൽ സമ്മാനം ഡെറക് വാൽക്കോട്ടിനു ലഭിച്ചു. നോബൽ കമ്മിറ്റി പ്രത്യേകം പരാമർശിച്ച *ഓമൈറോസ്* എന്ന ഇതിഹാസകാവ്യം കരീബിയൻ നാടുകളുടെ സാംസ്കാരികപൈതൃകം അനാവരണം ചെയ്യുന്ന കൃതിയാണ്.

ഹെൻറി ബെർനിയർ (1951), *ഡ്രാംസ് ആന്റ് കളേഴ്സ്* (1958), *ദ ഡ്രീം ഓൺ മങ്കീ മൗണ്ടൻ* (1971), *ദ സീ അറ്റ് ഡോഫിൻ* (1971), *ദിമെമ്പ്രൻസ്* (1980), *പാന്റ മൈം* (1981) തുടങ്ങിയവയാണ് ഡെറെക് വാൽക്കോട്ട് രചിച്ച പ്രധാന നാടകങ്ങൾ.

2017 മാർച്ച് 17 ന് 87-ാം വയസ്സിൽ സെന്റ് ലൂസിയാനിലെ സ്വന്തം ഭവനത്തിൽ വച്ച് ഡെറെക് വാൽക്കോട്ട് അന്തരിച്ചു,

എച്ച് ജി വെൽസ്

സാമൂഹ്യ പരിഷ്കർത്താവായ ശാസ്ത്രപ്രതിഭ

പ്രശസ്ത ശാസ്ത്ര നോവലിസ്റ്റും പത്രപ്രവർത്തകനും ചരിത്രകാരനുമായിരുന്ന ഹെർബർട്ട് ജോർജ് വെൽസ് 1866 സെപ്തംബർ 21 ന് ഇംഗ്ലണ്ടിലെ ബ്രോംലേയിൽ ജനിച്ചു.

ക്രിക്കറ്റു കളിയിൽ ജീവിതം കണ്ടെത്തിയ പിതാവ്, ഒരു ധനിക കുടുംബത്തിലെ വീട്ടുവേലക്കാരിയായിരുന്ന മാതാവ് എന്നിവരോടൊപ്പം വളരെ ദരിദ്രമായ അന്തരീക്ഷത്തിലാണ് വെൽസ് ബാല്യം ചെലവഴിച്ചത്. അതുകൊണ്ടു തന്നെ മതിയായ വിദ്യാഭ്യാസം ലഭിക്കാതെ, കുരുന്നു പ്രായത്തിൽ തന്നെ കുടുംബത്തെ സഹായിക്കുന്നതിന് കൊച്ചുകൊച്ചു തൊഴിലുകളിൽ ആ ബാലൻ ഏർപ്പെട്ടു. അതോടൊപ്പം വായന വളരെയധികം ഇഷ്ടപ്പെട്ടിരുന്ന വെൽസ്, കിട്ടിയ പുസ്തകങ്ങളൊക്കെ വായിക്കാൻ സമയം കണ്ടെത്തി.

18-ാം വയസ്സിൽ ലണ്ടനിലെ നോർമൻ സ്കൂളിൽ ബയോളജി പഠിക്കുന്നതിന് ഒരു സ്കോളർഷിപ്പ് ലഭിച്ചതിനാൽ, മുടങ്ങിപ്പോയ തന്റെ വിദ്യാഭ്യാസം പുനരാരംഭിക്കുവാൻ ആ മിടുക്കനു കഴിഞ്ഞു. പ്രശസ്തനായ ടി എച്ച് ഹക്സിലിയുടെ കീഴിൽ അവിടെ പഠനം തുടരാനായതു വെൽസിന്റെ ജീവിതത്തെ ഏറെ സ്വാധീനിക്കുകയുണ്ടായി. 1888 ൽ ലണ്ടൻ സർവ്വകലാശാലയിൽനിന്നും ബിരുദം നേടിയ അദ്ദേഹം തുടർന്ന്

ശാസ്ത്രാദ്ധ്യാപകനായി ജോലിയിൽ പ്രവേശിച്ചു. എന്നാൽ മോശമായ ആരോഗ്യസ്ഥിതിയും, ദാരിദ്ര്യം വിട്ടു മാറാത്ത ചുറ്റുപാടുകളും ആ യുവാവിനെ വേട്ടയാടിക്കൊണ്ടിരുന്നു. 1891 ൽ അദ്ദേഹം ഇസബേൽ മേരി വെൽസ് എന്ന യുവതിയെ വിവാഹം ചെയ്തെങ്കിലും ആ ദാമ്പത്യം അധികകാലം നീണ്ടുനിന്നില്ല. 1894 ൽ ആമി കാതറിൻ റോബിൻസ് എന്ന യുവതിയോടൊത്തു വെൽസ് ജീവിതം ആരംഭിക്കുകയും, അവർ ആ പ്രദേശം വിടുകയും ചെയ്തു.

ശക്തനായ ഒരു സാമൂഹ്യപരിഷ്കർത്താവായി അറിയപ്പെടുന്ന അദ്ദേഹം തന്റെ ശാസ്ത്ര നോവലുകളിലൂടെയാണ് ലോകശ്രദ്ധ പിടിച്ചടക്കിയത്. ശാസ്ത്ര സത്യങ്ങളെ ആധാരമാക്കി അദ്ദേഹം രചിച്ച *അദൃശ്യമനുഷ്യൻ* (Invisible Man), *കാലയന്ത്രം* (Time machine), *ചന്ദ്രനിലെത്തിയ ആദ്യ മനുഷ്യൻ* (First man in the moon), *ദ വണ്ടർഫുൾ വിസിറ്റ്* (The wonderful visit), *ദ അയലണ്ട് ഓഫ് ഡോ. മോറിയു* (The Island of Dr. Moreau), *ദ വാർ ഓഫ് ദ വേൾഡ്സ്* (The war of the worlds), *ദ ഫുഡ് ഓഫ് ഗോഡ്സ്* (The food of Gods) എന്നീ നോവലുകൾ വെൽസിന്റെ പ്രശസ്തി വർദ്ധിപ്പിച്ചു. ശരിയായ ശാസ്ത്രശിക്ഷണം ലഭിച്ച പ്രതിഭാശാലിയായ ഒരു സാഹിത്യകാരനുമാത്രം രചിക്കാൻ കഴിയുന്നവയായിരുന്നു അദ്ദേഹത്തിന്റെ ശാസ്ത്ര നോവലുകൾ.

വെൽസ് രചിച്ച *ചരിത്രത്തിന്റെ രൂപരേഖ* എന്ന പുസ്തകം മാനവചരിത്രത്തിന്റെ മനോഹരമായ ആഖ്യാനമാണ്. ശാസ്ത്രത്തിന്റെ നിലപാടുകളിൽ ഉറച്ചു നിന്നുകൊണ്ട് മനുഷ്യാവസ്ഥകളെ വസ്തുനിഷ്ഠമായി വിലയിരുത്താൻ ഈ ഗ്രന്ഥത്തിലൂടെ വെൽസിനു കഴിഞ്ഞു. താൻ രചിച്ച *ആനീ വെറോണിക്ക, മാര്യേജ്* എന്നീ കൃതികൾ വനിതാ സ്വാതന്ത്ര്യത്തെയും, സ്ത്രീപുരുഷ സമത്വത്തെയും പറ്റി പ്രതിപാദിക്കുന്ന ഗ്രന്ഥങ്ങളാണ്.

ഗൗരവമേറിയ ശാസ്ത്രസത്യങ്ങൾ നോവൽ രൂപത്തിൽ അനുവാചകർക്കു പകർന്നു നല്കുമ്പോഴും തന്നിലൊരു നർമ്മ സാഹിത്യകാരൻ ഉണ്ടെന്ന് പ്രഘോഷിക്കുന്ന തന്റെ രചനകളാണ് *ഉറക്കക്കാരൻ ഉണരുന്നു* (The sleeper awake), *സാഗരതരുണി* (The Sea lady)എന്നീ ഗ്രന്ഥങ്ങൾ. മഹത്തായ സന്ദേശങ്ങൾ നേരമ്പോക്കിലൂടെ വായനക്കാർക്കു സമ്മാനിക്കുന്ന ഈ പുസ്തകങ്ങൾ നല്ല വായനാനുഭവം പ്രദാനം ചെയ്യുന്നവയാണ്.

ആ കാലഘട്ടത്തിലെ യുവാക്കളുടെ പ്രശ്നങ്ങളിലേക്കു സമർത്ഥമായി വിരൽചൂണ്ടുകയും, ആത്മകഥയുടെ അംശങ്ങൾ പ്രകടിപ്പിക്കുകയും ചെയ്യുന്ന അദ്ദേഹത്തിന്റെ കൃതികളാണ് *കിപ്സ്* (Kipps), *വിധിചക്രം* (Wheels of chance), *ടോണോബാംഗേ* (Tono Baugay)എന്നിവ.

സാധാരണക്കാരുടെ സമുദ്ധാരണം ലക്ഷ്യമാക്കി ഏറ്റവും സമർത്ഥമായി തന്റെ തൂലിക ഉപയോഗിച്ച ആ പ്രതിഭാശാലി 1946 ആഗസ്ത് 13 ന് തന്റെ എൺപതാം വയസ്സിൽ ഈ ലോകത്തോടു യാത്രപറഞ്ഞു.

ജോൺ സ്റ്റീൻബക്ക്

ഒറ്റ കൃതികൊണ്ട് ഉയരങ്ങളിലേക്ക്

ക്രോധത്തിന്റെ മുന്തിരിപ്പഴങ്ങൾ എന്ന വിഖ്യാത നോവൽകൊണ്ട് ലോകം മുഴുവൻ ശ്രദ്ധിക്കപ്പെടുകയും ഒടുവിൽ നോബൽ പുരസ്കാരലബ്ധി വരെ ആ പ്രശസ്തി ചെന്നെത്തുകയും ചെയ്ത അമേരിക്കൻ നോവലിസ്റ്റാണ് ജോൺ സ്റ്റീൻബക്ക്.

1902 ഫെബ്രുവരി 27 ന് കാലിഫോർണിയയിലെ സാലിനാസ് എന്ന സ്ഥലത്ത് ഒരു കർഷക കുടുംബത്തിലാണ് ജോൺ സ്റ്റീൻബക്ക് ജനിച്ചത്. ജോൺ ഏണസ്റ്റ് സ്റ്റീൻ ബക്കിന്റെയും ഒലീവ് ഹാമിൽടൺ സ്റ്റീൻബക്ക് എന്ന സ്കൂൾ ടീച്ചറുടെയും മകനായി പിറന്ന ജോൺ സാലിനാസിലെ സ്കൂളിലാണ് പ്രാഥമിക വിദ്യാഭ്യാസം നേടിയത്. ഹൈസ്കൂളിൽ ആരാലും ശ്രദ്ധിക്കപ്പെടാത്ത വിദ്യാർത്ഥിയായിരുന്ന ജോൺ 1919 മുതൽ 1925 വരെ സ്റ്റാൻഫോർഡ് സർവ്വകലാശാലയിൽ വിദ്യാഭ്യാസം തുടർന്നു. ബിരുദം നേടാനാകാതെ പഠനം അവസാനിപ്പിച്ച അദ്ദേഹം ഗുമസ്തനായും ലൂക്ക് ടാഗോ എന്ന സുഖവാസകേന്ദ്രത്തിന്റെ സൂക്ഷിപ്പുകാരനായും ജോലി നോക്കി. ഇടയ്ക്ക് *അമേരിക്കൻ* എന്ന പ്രസിദ്ധീകരണത്തിന്റെ റിപ്പോർട്ടറായി പ്രവർത്തിച്ച ആ യുവാവ് ജനകീയപ്രശ്നങ്ങൾ വായനക്കാരിലെത്തിക്കുന്നതിന് പ്രത്യേകം ശ്രദ്ധിച്ചു.

കോളേജു പഠനകാലത്തുതന്നെ ചെറുകഥകൾ എഴുതിത്തുടങ്ങുകയും കോളേജു മാഗസിനിൽ കഥകൾ പ്രസിദ്ധീകരിക്കുകയുമുണ്ടായി. 1929 ൽ പ്രഥമ നോവലായ *കപ്പ് ഓഫ് ഗോൾഡ്* പ്രസിദ്ധീകരിച്ചു. നോവൽ സാവധാനം വിറ്റു തീർന്നെങ്കിലും വേണ്ടത്ര ശ്രദ്ധിക്കപ്പെട്ടില്ല.

1930 ൽ കരോൾ ഹെന്നിങ്ങിനെ വിവാഹം കഴിച്ച് സാലിനാസിനടുത്തുള്ള പസിഫിക് ഗ്രോവിൽ താമസമാരംഭിച്ചു. തുടർന്നെഴുതിയ *വാസ്ചേഴ്സ് ഓഫ് ഹെവൻ, ടു എ ഗോഡ് അൺ നോൺ* എന്നിവയും വായനക്കാരിൽ കാര്യമായ ചലനമുണ്ടാക്കിയില്ല. മെക്സിക്കോയിലെ അമേരിക്കൻ ജീവിതം ചിത്രീകരിക്കുന്ന *ടോർടില ഫ്ളാറ്റ്* എന്ന നോവലാണ് തുടർന്നു പ്രസിദ്ധീകരിച്ചത്. നോവൽ വളരെയേറെ ശ്രദ്ധിക്കപ്പെടുകയും അമേരിക്കൻ എഴുത്തുകാരുടെ നിരയിലേക്കു ജോൺ സ്റ്റീൻബക്ക് എന്ന യുവാവ് ശക്തമായി കടന്നുവരികയും ചെയ്തു.

എന്നാൽ ആ എഴുത്തുകാരനെ ലോകം ശ്രദ്ധിച്ചുതുടങ്ങുന്നത് *ക്രോധത്തിന്റെ മുന്തിരിപ്പഴങ്ങൾ* എന്ന തന്റെ ഇതിഹാസ കൃതിയിലൂടെയാണ്. കുടിയേറ്റക്കാരുടെ ദുരന്തജീവിതം, അവരുടെ ജീവിതത്തിലെ വറുതികൾ, പലായനത്തിന്റെ ദുരവസ്ഥകൾ എല്ലാം ഹൃദയസ്പർശിയായി അവതരിപ്പിച്ച നോവൽ 1938 മെയ്മാസം മുതൽ ഒക്ടോബർ വരെയുള്ള കാലയളവിലാണ് എഴുതിത്തീർത്തത്.

ഒക്ലഹോമയിൽനിന്നും കാലിഫോർണിയയിലേക്ക് ഒരു ട്രക്കിൽ യാത്രചെയ്യുന്ന മൂന്നു തലമുറകൾ ഉൾക്കൊള്ളുന്ന ഒരു കുടുംബം നടത്തുന്ന മോചനം തേടിയുള്ള യാത്ര, നിലനില്പിനു വേണ്ടിയുള്ള പോരാട്ടങ്ങൾ എല്ലാം സൂക്ഷ്മമായി അവതരിപ്പിച്ച കൃതി എക്കാലത്തെയും ജനപ്രിയ നോവലായി ലോകമനസ്സിലിടം നേടി. വാഗ്ദത്തഭൂമി തേടിയുള്ള സമരത്തിലേർപ്പെട്ടിരിക്കുന്ന കുടുംബത്തിന്റെ കഥ പറയുമ്പോൾ അത് അമേരിക്കയുടെ ഇതിഹാസമായും വിശുദ്ധ *ബൈബിളി*ലെ വാഗ്ദത്ത നാടുതേടി ജൂതന്മാർ നടത്തുന്ന പലായനത്തിന്റെ ദുരന്തസ്മരണകളായും വായനക്കാരുടെ മനസ്സുകളിൽ ചേക്കേറി.

നിരന്തരമായ പരിശ്രമംകൊണ്ടും വിശ്രമമില്ലാതെയുള്ള കഠിനപ്രയത്നംകൊണ്ടും പ്രതിഭയെ ജ്വലിപ്പിച്ച നോവലിസ്റ്റ് അവിരാമമായ ജീവിത പോരാട്ടത്തിന്റെ ചരിത്രം മനുഷ്യമനസ്സുകളിൽ കോറിയിടുകയായിരുന്നു.

നോവൽ രചിച്ചത് താനായിരുന്നെങ്കിലും അത് എഡിറ്റു ചെയ്തു ടൈപ്പുചെയ്ത് ഉചിതമായ പേര് നിർദ്ദേശിച്ച് പ്രസിദ്ധീകരണത്തിനയക്കുന്നതുവരെ എല്ലാം ചെയ്തത് തന്റെ പത്നി കരോൾ ഹെന്നിങ്ങാണ്. എന്നാൽ വീട്ടുകാര്യങ്ങൾ നിർവ്വഹിക്കുന്നതോടൊപ്പം നോവലിന്റെ ഭാരിച്ച ഉത്തരവാദിത്വം കൂടി ചുമലിൽ വന്നപ്പോൾ തന്റെ സഹനശക്തി പൂർണ്ണമായും ചോർന്നുപോകുകയും അവർ ഒരു ചിത്തഭ്രമക്കാരിയെപ്പോലെ പെരുമാറുകയും ചെയ്തു.

നോവലെഴുതുന്നതിനു വേണ്ട വിവരങ്ങൾ ശേഖരിച്ചു നല്കിയത് കാലിഫോർണിയയിലെ ആർവിൻ സാനിട്ടറി ക്യാമ്പ് മാനേജരായിരുന്ന

തോമസ് കോളിൻസാണ്. കോളിൻസുമൊത്ത് നോവലിസ്റ്റു നടത്തിയ യാത്രകളിൽ നേരിട്ടു കണ്ടു മനസ്സിലാക്കിയ കുടിയേറ്റക്കാരുടെ യാതന നിറഞ്ഞ ജീവിതം നോവൽ എഴുതുന്നതിൽ അദ്ദേഹത്തെ വളരെ സഹാ യിച്ചു.

ന്യൂയോർക്കിൽനിന്നു പ്രസിദ്ധീകരിച്ചിരുന്ന *ഹെറാൾഡ് ട്രിബ്യൂണൽ* എന്ന പത്രത്തിന്റെ യുദ്ധകാര്യലേഖകനായി തുടർന്നു പ്രവർത്തിച്ച നോവ ലിസ്റ്റ്, ജോലിയുടെ ഭാഗമായി ഇംഗ്ലണ്ട്, ഇറ്റലി, ആഫ്രിക്ക എന്നീ രാജ്യ ങ്ങൾ സന്ദർശിക്കുകയുണ്ടായി. തന്റെ ഭാര്യ കരോൾ ഹെന്നിങ്ങുമൊ ത്തുള്ള ജീവിതത്തിൽ നിരന്തരം താളപ്പിഴകൾ ഉണ്ടാവുകയും 1943 ൽ ആ ബന്ധം വേർപെടുത്തുകയും ചെയ്ത അദ്ദേഹം ഗ്വിൻ കോൺഗ്രറിനെ ജീവിത പങ്കാളിയാക്കുകയും രണ്ടു കുഞ്ഞുങ്ങളുടെ പിറവിക്കു ശേഷം 1949 ൽ ആ ബന്ധത്തോടും വിടപറയുകയുമുണ്ടായി. തുടർന്ന് ഒരു നാടക നടന്റെ ഭാര്യയായിരുന്ന എലെയ്ൻ സ്കോട്ട് ആ ജീവിതത്തിലേക്കു കട ന്നുവന്നു.

യുദ്ധാനന്തരം അദ്ദേഹം രചിച്ച കൃതികളാണ് നാസി ഭരണ ത്തിൻകീഴിലുള്ള നോർവീജിയക്കാരുടെ കഥപറയുന്ന *ദി മൂൺ ഈസ് ഡൗൺ, കാനറിറോ, ദി വേൾഡ് ബസ്* എന്നിവ. തുടർന്ന് തന്നിലെ പത്ര പ്രവർത്തകന്റെ സ്വാധീനം വെളിവാക്കുന്ന *ബോണിങ് ബ്രൈറ്റ്, ഈസ്റ്റ് ഓഫ് ഏഡൻ, ദി വിന്റർ ഓഫ് ഔവർ ഡിസ്ക്കണ്ടന്റ്* തുടങ്ങിയ കൃതി കൾ പ്രസിദ്ധീകരിക്കപ്പെട്ടു.

1940 ലാണ് പുലിറ്റ്സർ അവാർഡ് നോവലിസ്റ്റിനെ തേടിയെത്തി യത്. 1962 ൽ സാഹിത്യത്തിനുള്ള നോബൽ സമ്മാനം അദ്ദേഹത്തിനു ലഭിക്കുമ്പോൾ വിധികർത്താക്കൾ അവാർഡിനായി പ്രത്യേകം പരിഗ ണിച്ചത് തന്റെ *ക്രോധത്തിന്റെ മുന്തിരിപ്പഴങ്ങൾ* എന്ന കൃതിയാണ്. വിമർശ കർ അവാർഡിനു നേരേ വിമർശന ശരങ്ങൾ എയ്തുവിടുകയുണ്ടായി. അതിഭാവുകത്വം, മൂർച്ചയില്ലാത്ത പാത്രാവിഷ്കാരം, വേണ്ടത്ര നിലവാരം പുലർത്താത്ത സംഭാഷണങ്ങൾ ഇങ്ങനെ നോവലിനെ അധിക്ഷേപങ്ങൾ കൊണ്ടു മൂടാനവർ മറന്നില്ല. എന്നാൽ വായനക്കാരുടെ സന്ദേഹങ്ങളു മായി നേരിട്ടു സംവദിക്കാൻ കഴിഞ്ഞ കൃതിയുടെ ആന്തരിക ചൈതന്യം ഗ്രഹിച്ച നോബൽക്കമ്മിറ്റി അമേരിക്കൻ ഫിക്ഷനിൽ ഒരു പ്രകാശഗോപു രമായി നിലയുറപ്പിച്ച *ക്രോധത്തിന്റെ മുന്തിരിപ്പഴങ്ങൾ* എന്ന നോവലിനെ ഇരുകരങ്ങളും നീട്ടി സ്വീകരിക്കുകയായിരുന്നു.

കാലാതിവർത്തികളായ രചനകളിലൂടെ ലോകജനതയ്ക്കു സ്വന്ത മായി മാറിയ ആ പ്രതിഭാശാലി 1968 ഡിസംബർ 20 ന് ന്യൂയോർക്കിൽ വച്ച് അന്തരിച്ചു.

മാർക്ക് ടൈ്വയ്ൻ

അനശ്വരകഥാപാത്രങ്ങളിലൂടെ കുരുന്നുമനസ്സുകളെ കീഴടക്കിയ മഹാപ്രതിഭ

ആവി എഞ്ചിൻ ബോട്ടിന്റെ അമരക്കാരനാകാൻ കൊതിച്ച് ഒടുവിൽ കുരുന്നു മനസ്സുകളുടെ കൂട്ടുകാരനായി, മനുഷ്യനന്മയുടെയും സാഹസികതയുടെയും കഥകൾ കുട്ടികൾക്കു നർമ്മമധുരമായി പകർന്നു നല്കിയ വലിയ കഥാകാരനാണ് മാർക്ക് ടൈ്വയ്ൻ. അദ്ദേഹത്തിന്റെ യഥാർത്ഥ പേര് സാമുവൽ ലാങ്ഹോൺ ക്ലമൻസ് എന്നായിരുന്നു.

1835 നവംബർ 30ന് അമേരിക്കയിലെ ജോൺ മാർഷൽ, ക്ലാര ക്ലമൻസ് ദമ്പതികളുടെ മൂന്നു മക്കളിൽ ഇളയവനായി സാമുവൽ ജനിച്ചു. സ്റ്റോർകീപ്പർ ജോലി നോക്കിയിരുന്ന പിതാവിന്റെ സാമ്പത്തികനില മോശമായിരുന്നതിനാൽ നഗരത്തിലെ ജീവിതച്ചെലവ് താങ്ങാനാവാതെ ആ കുടുംബം മിസിസിപ്പി നദീതീരത്തെ ഹാനിബാൾ എന്ന ഗ്രാമപ്രദേശത്ത് കുടിയേറി.

മിസിസിപ്പി നദിയിലൂടെ ഓളങ്ങൾക്കെതിരെ സഞ്ചരിക്കുന്ന നാടൻ തോണികളും, കടത്തുവഞ്ചികളും, ഇടമുറിയാത്ത അലർച്ചയുമായി അതിവേഗം കുതിച്ചുപായുന്ന ആവി എഞ്ചിൻ ബോട്ടുകളും നദീതീരത്ത് അവിടവിടെയായി കാണപ്പെട്ട പച്ചത്തുരുത്തുകളും ആ ബാലനെ വിസ്മയംകൊള്ളിച്ചു. നദിയിൽ നീന്തിത്തുടിക്കുന്ന മത്സ്യങ്ങളെ കൗതുകത്തോടെ

നോക്കി, വഞ്ചിക്കാർ പകർന്നു നല്കിയ അസംഖ്യം കെട്ടുകഥകളും അന്ധവിശ്വാസങ്ങളും മനസ്സിലേറ്റുവാങ്ങി സാമുവൽ വളർന്നു.

ബാല്യം വിടപറയും മുമ്പ് പിതാവു നഷ്ടപ്പെട്ട മാർക്ക് ട്വെയ്ൻ, പന്ത്രണ്ടാം വയസ്സിൽ പഠനത്തോടു വിടപറഞ്ഞ് തൊഴിലന്വേഷിച്ചു വീടു വിട്ടിറങ്ങി. ചുമട്ടുകാരൻ മുതൽ ഖനിത്തൊഴിലാളിവരെ പല ഇടങ്ങളിലും പല ജോലികളിലുമേർപ്പെട്ടു. തുടർന്നു ജ്യേഷ്ഠനോടൊപ്പം അച്ചടി ശാലയിൽ തൊഴിലാളിയായി പ്രവർത്തിച്ചു.

ജ്യേഷ്ഠൻ നടത്തിയിരുന്ന ഗ്രാമപത്രത്തിൽ പത്രലേഖകനായി ചേർന്നത് മാർക്ക് ട്വെയ്നിന്റെ ജീവിതത്തിൽ വഴിത്തിരിവായി. ഗ്രാമം മുഴുവൻ ചുറ്റിനടന്നു വാർത്തകൾ ശേഖരിച്ച ആ യുവാവ് അവ വളച്ചു കെട്ടില്ലാതെ ലളിതമായ ഭാഷയിൽ, വായനക്കാർക്ക് ജിജ്ഞാസയുണ്ടാക്കാൻ പോന്ന അവതരണഭംഗിയോടെ പത്രത്തിലെഴുതി. സമൂഹത്തിലെ വിവിധ തട്ടുകളിലുള്ള മനുഷ്യരുമായി, അവരുടെ ഹൃദയസ്പന്ദനങ്ങളുമായി ചേർന്നു സഞ്ചരിക്കാൻ പത്രലേഖകന്റെ ജോലി അദ്ദേഹത്തെ സഹായിച്ചു. എഴുത്ത് തന്റെ ജീവിതവൃത്തിയായി മാറിയ ആ നാളുകളിലാണ് താൻ ഏറ്റവും ഇഷ്ടപ്പെട്ടിരുന്ന മാർക്ക് ട്വെയ്ൻ എന്ന തൂലികാനാമം അദ്ദേഹം സ്വീകരിച്ചത്. മിസിസിപ്പി നദിയുമായി, നദിയിലെ യാത്രയുമായി ഏറെ ബന്ധമുള്ള ആ പേര് ആവിഎഞ്ചിൻ ഓടിക്കുന്നവർ നിരന്തരമായി ഉപയോഗിച്ചിരുന്ന ഒരു വാക്കാണ്. നദിയുടെ ആഴം സൂചിപ്പിക്കുന്ന ആ വാക്കിന്റെ അർത്ഥം 'രണ്ടു കാതം' എന്നായിരുന്നു.

പ്രസാദമധുരമായ ശൈലിയിൽ നർമ്മോക്തികൾ ഇടകലർത്തി രചിച്ച മാർക്ക് ട്വെയ്നിന്റെ ഫീച്ചറുകൾ വായനക്കാർ ആവേശത്തോടെ സ്വീകരിച്ചു. ഇതിനോടകം നല്ലൊരു പ്രഭാഷകനായും മാർക് ട്വെയ്ൻ പ്രശസ്തി നേടിയിരുന്നു.

1865 ൽ ന്യൂയോർക്കിലെ ഒരു മാസികയിലെഴുതിയ *ദി സെലിബ്രേറ്റഡ് ജമ്പിങ് ഫ്രോഗ് കാൻവറാസ് കൗണ്ടി* എന്ന കൃതി 1867 ൽ പുസ്തകരൂപത്തിൽ പ്രസിദ്ധീകരിച്ചു. രണ്ടു വർഷങ്ങൾക്കു ശേഷം *ഇന്നസെന്റ് എബ്രോഡ്* എന്ന യാത്രാവിവരണം പ്രകാശിതമായി. 1873 ൽ എഴുത്തുകാരനായ ചാൾസ് സഡ്‌ലി വാർണറുമായി ചേർന്ന് *ഗിൻഡസ് എയ്ജ്* എന്ന നോവലിനു രൂപം നല്കിയെങ്കിലും സഹൃദയലോകം നോവൽ കാര്യമായി ശ്രദ്ധിച്ചില്ല. സഞ്ചാരവും വിവിധ സാമൂഹ്യ സംസ്കാരിക പശ്ചാത്തലമുള്ളവരുമായുള്ള ബന്ധപ്പെടലും വളരെ ഇഷ്ടപ്പെട്ടിരുന്ന അദ്ദേഹം ഒട്ടേറെ യാത്രാവിവരണങ്ങൾക്കു തുടർന്നു രൂപം നല്കി.

വീണ്ടും നോവൽ രചനയിലേക്കു തിരിഞ്ഞ മാർക്ക് ട്വെയ്ൻ 1876 ൽ *ദ അഡ്വഞ്ചേഴ്സ് ഓഫ് ടോംസോയർ* എന്ന കൃതി പ്രസിദ്ധീകരിച്ചു. ടോമും കളിക്കൂട്ടുകാരും ചേർന്നു നടത്തുന്ന കുസൃതിത്തരങ്ങളും സാഹസിക കൃത്യങ്ങളുമായിരുന്നു നോവലിന്റെ ഇതിവൃത്തം. നർമ്മത്തിന്റെ മേമ്പൊടിയോടെ രസകരമായി അവതരിപ്പിക്കപ്പെട്ട കഥ വായനക്കാരെ വളരെ ആകർഷിച്ചു. നോവലിന്റെ വിജയത്തെത്തുടർന്ന് *ലൈഫ് ഓഫ്*

ദി മിസ്സിസിപ്പി എന്ന ഒരു രചന നടത്തിയെങ്കിലും *ടോം സോയറിനു* ലഭിച്ച സ്വീകാര്യത ഈ ഗ്രന്ഥത്തിനു ലഭിച്ചില്ല.

മാർക്ക് ട്വെയ്നിനെ ഏറ്റവും പ്രശസ്തിയിലേക്കുയർത്തിയ *ദ അഡ്വഞ്ചേഴ്സ് ഓഫ് ഹക്കിൾബറി ഫിൻ* എന്ന നോവലായിരുന്നു തുടർന്ന ദ്ദേഹം രചിച്ചത്. തന്റെ ഉറ്റ സുഹൃത്തായിരുന്ന 'ഹക്ക് ' എന്ന ബാലനെ മുഖ്യകഥാപാത്രമാക്കി രചിച്ച ഈ നോവൽ കുരുന്നു മനസ്സുകളിൽ നിഷ്കളങ്കതയുടെയും സാഹസികതയുടെയും വർണ്ണക്കാഴ്ചകൾ വാരി നിറച്ചു.

ഹാനിബാൾ എന്ന ഗ്രാമപ്രദേശത്തു താൻ കണ്ടതും അനുഭവിച്ച റിഞ്ഞതുമായ ജീവിതമുഹൂർത്തങ്ങളെ നോവലിൽ സമർത്ഥമായി ഉപ യോഗിച്ച കഥാകാരൻ അക്കാലത്ത് കുട്ടികളുടെ ഇടയിൽ നിലവിലുണ്ടാ യിരുന്ന ചില അന്ധവിശ്വാസങ്ങളെ ഭാവനയുടെ വർണ്ണപ്പൊലിമയോടെ ഏറ്റവും രസകരമായി നോവലിൽ അവതരിപ്പിച്ചു. മനുഷ്യനന്മയിലുള്ള അദമ്യമായ വിശ്വാസവും വായനക്കാരെ ആകാംക്ഷയുടെ മുൾമുനയിൽ നിർത്തുന്ന സാഹസികതയും നർമ്മത്തിൽ ചാലിച്ച രചനാരീതിയും നോവലിനെ വേറിട്ടതാക്കി.

മാർക്ക് ട്വെയിനിന്റെ മറ്റു കൃതികളാണ് *ദ പ്രിൻസ് ആന്റ് ദ പാപ്പർ, എ കണക്ടിക്കട്ട് ഹാങ്കി ഇൻ കിങ് ആർതേഴ്സ് കോർട്ട്, പുഡിൻ ഹെഡഡ് വിൽസൻ* എന്നിവ. ഇവ കൂടാതെ ചരിത്രം, തത്ത്വചിന്ത, യാത്രാവിവരണം തുടങ്ങിയവയിലും ശ്രദ്ധേയ സംഭാവനകൾ മാർക്ക് ട്വെയ്ൻ നല്കുകയുണ്ടായി. അദ്ദേഹത്തിന്റെ മികച്ച സാഹിത്യ സംഭാവ നകൾ കണക്കിലെടുത്ത് 1907 ൽ ഒക്സ്ഫോർഡ് യൂണിവേഴ്സിറ്റി ഓണ ററി ഡോക്ടറേറ്റു നല്കി ആദരിക്കുകയുണ്ടായി. കുട്ടികൾക്കും മുതിർന്ന വർക്കും ഒരുപോലെ പ്രിയങ്കരനായിരുന്ന ആ മഹാപ്രതിഭ 1910 ഏപ്രിൽ 10 ന് കഥാവശേഷനായി.

അലക്സാണ്ടർ ഡ്യൂമ

എഴുത്ത് ജീവിതസപര്യയാക്കിയ ജനപ്രിയ ഫ്രഞ്ചുനോവലിസ്റ്റ്

ഇരുന്നൂറ്റി അമ്പതിലേറെയുള്ള ജനപ്രിയ നോവലുകളിലൂടെ അനായാസം ജനമനസ്സുകളിലിടം നേടിയ പ്രശസ്ത ഫ്രഞ്ച് നോവലിസ്റ്റ് അലക്സാണ്ടർ ഡ്യൂമ 1802 ജൂലൈ 24 ന് ഒരു പ്രഭുകുടുംബത്തിൽ ജനിച്ചു. പട്ടാളത്തിൽ ജനറലായിരുന്ന പിതാവ് അകാലത്തിൽ മരണമടഞ്ഞതിനാൽ തന്റെ പതിനാലാം വയസ്സിൽ കുടുംബത്തെ സംരക്ഷിക്കേണ്ട ചുമതല ഡ്യൂമയിൽ വന്നുപെട്ടു. അതിലേക്കായി ആ യുവാവ് ഒരു അഭിഭാഷകന്റെ കീഴിൽ വക്കീൽ ഗുമസ്തനായി ജോലി സമ്പാദിച്ചു. അക്കാലത്താണ് അഡോൾഫ് എന്ന സ്വീഡൻകാരനുമായി പരിചയപ്പെട്ടത്. ആ സുഹൃദ്ബന്ധം ഡ്യൂമയുടെ ജീവിതത്തിലൊരു വഴിത്തിരിവായി. അഡോൾഫിന്റെ സ്വാധീനത്താൽ നാടകരംഗവുമായി അടുത്ത ഡ്യൂമ 1825 ൽ സുഹൃത്തിന്റെ സഹകരണത്തോടെ തന്റെ ആദ്യനാടകത്തിനു രൂപം നല്കി. ഈ നാടകം പാരീസിൽ അരങ്ങേറി. തുടർന്ന് അഡോൾഫുമൊത്ത് പാരീസിലേക്കു ചേക്കേറിയ ഡ്യൂമ അവിടെ ഒരു റിക്കോർഡ് കീപ്പറുടെ ജോലി സ്വീകരിക്കുകയും തന്റെ നാടക പരിശ്രമങ്ങൾ തുടരുകയും ചെയ്തു. അദ്ദേഹത്തിന്റെ മൂന്നാമത് നാടകമായ *ഹെൻറി മൂന്നാമൻ* വൻവിജയമായതോടെ അവിടത്തെ എഴുത്തുകാരുമായി സൗഹൃദം സ്ഥാപിക്കാൻ ഡ്യൂമയ്ക്കു കഴിഞ്ഞു. തുടർന്ന് ധാരാളം

ചരിത്രനാടകങ്ങൾ ഡ്യൂമ രചിച്ചു. എങ്കിലും ചെറുപ്പത്തിൽ ആ കുടുംബം ദാരിദ്ര്യത്തിലാണ് കഴിഞ്ഞിരുന്നത്.

1830 ൽ ഫ്രാൻസിൽ അരങ്ങേറിയ ഭരണവിപ്ലവം ഡ്യൂമയുടെ സാഹിത്യപരിശ്രമങ്ങൾക്കു താല്ക്കാലികമായ തടസ്സം സൃഷ്ടിച്ചു. 1832 ൽ സ്വിറ്റ്സർലന്റിൽ പര്യടനം നടത്തിയ അദ്ദേഹം യാത്രാനുഭവങ്ങൾ വച്ച് തന്റെ ആദ്യ യാത്രാവിവരണ കൃതിക്കു രൂപം നല്കി. നാടകങ്ങളോടൊപ്പം നോവലുകളും എഴുതാൻ തുടങ്ങിയ ഡ്യൂമ വളരെവേഗം വായനക്കാരുടെ ശ്രദ്ധാപാത്രമായി. വളരെ അനായാസമായും അവിശ്വസനീയ വേഗതയിലും നിരന്തരം എഴുതിക്കൂട്ടിയ അദ്ദേഹം ഒരേസമയം നിരവധി ആനുകാലികങ്ങൾക്കു നോവലുകൾ എഴുതാൻ സമയം കണ്ടെത്തി. ഒറ്റ എഴുത്തിൽത്തന്നെ രചന പൂർത്തിയാക്കിയിരുന്ന ഡ്യൂമ രണ്ടാമതൊന്നു കൂടി താനെഴുതിയതു വായിച്ചുനോക്കിയിരുന്നതുപോലുമില്ല. ഈ കാലയളവിൽ സാഹിത്യരചനയിലൂടെ ധാരാളം സമ്പാദിച്ചെങ്കിലും തന്റെ ആഡംബരജീവിതവും സ്ത്രീകളോടുള്ള അതിരുകടന്ന താല്പര്യവും ഡ്യൂമയെ വലിയ കടക്കാരനാക്കി. കടക്കാരിൽനിന്നും രക്ഷതേടി ഇടയ്ക്കു ചില ഒളിച്ചോട്ടങ്ങൾപോലും നടത്താൻ ഡ്യൂമ തയ്യാറായി.

1864 ൽ പാരീസിൽ വച്ച് മേരി കാതറൈൻ ലാബെ എന്ന യുവതിയുമായി ഡ്യൂമ അടുപ്പത്തിലായി. ആ ബന്ധത്തിലദ്ദേഹത്തിനൊരു മകൻ പിറക്കുകയും ചെയ്തു. വർഷങ്ങൾക്കുശേഷം മേരിയുമായി തെറ്റിപ്പിരിഞ്ഞ ഡ്യൂമ മകന്റെ രക്ഷാകർത്തൃത്വം ലഭിക്കാനായി മേരിയുമായി നിയമപോരാട്ടം നടത്തുകയുണ്ടായി. തുടർന്ന് ആ ജീവിതത്തിലേക്ക് കടന്നുവന്നത് ഇഡാഫെറിയർ എന്നൊരു നടിയാണ്. എട്ടുവർഷം ആ ബന്ധം നീണ്ടു. ആ യുവതിയെ അദ്ദേഹം വിവാഹം കഴിച്ചെങ്കിലും അവർ സ്വന്തം ഭാവിതേടി ഇറ്റലിയിലേക്കു പോയതോടെ ആ ബന്ധത്തിന് തിരശ്ശീല വീണു. എഴുത്തുകാരനെന്ന നിലയ്ക്കു വളരെപ്പെട്ടെന്ന് പ്രശസ്തനായിത്തീർന്ന ഡ്യൂമയ്ക്ക് ചുറ്റും ആരാധകരും സുഹൃത്തുക്കളുമായി വലിയൊരു നിര തന്നെ ഉണ്ടായിരുന്നു. അവർക്കുവേണ്ടി വാരിക്കോരി ചെലവിട്ട അദ്ദേഹം വളരെ വേഗം ദാരിദ്ര്യം സ്വയംവരിക്കുകയായിരുന്നു. ഒടുവിലാ ജീവിതം ഏറ്റവും ദാരിദ്ര്യപൂർണ്ണമായത് ജർമ്മൻ എൻലയെ എന്ന സ്ഥലത്ത് പണികഴിപ്പിച്ച കൂറ്റൻ മണിമന്ദിരത്തിന്റെ നിർമ്മാണത്തോടെയാണ്. കൂടാതെ 'തിയേറ്റർ ഹിസ്റ്റോറിക്' എന്നൊരു നാടകശാലയും അദ്ദേഹം സ്ഥാപിച്ചു. അക്കാലത്ത് ചില ആനുകാലിക പ്രസിദ്ധീകരണങ്ങൾക്കു തുടക്കംകുറിച്ചെങ്കിലും അവ അധികനാൾ നിലനിന്നില്ല.

വലിയ സഞ്ചാരപ്രിയനായിരുന്ന ഡ്യൂമ, തന്റെ നീണ്ട യാത്രകളിൽനിന്നാണ് എഴുതുവാനുള്ള ഊർജ്ജം നേടിയിരുന്നത്. 1858 ൽ റഷ്യയിൽ കാക്കസസ് വരെ സഞ്ചരിക്കുകയും 1860 ൽ സിസിലിയൻ സന്ദർശനത്തിനെത്തുകയും ചെയ്ത ഡ്യൂമ സിസിലിയിൽ ഗാരിബാൾഡിയുടെ വിപ്ലവത്തിൽ പങ്കാളിയായി. തുടർന്ന് നേപ്പിൾസിലേക്ക് മടങ്ങുകയും 1866 ൽ

അദ്ദേഹം ആസ്ട്രോ-പ്രഷ്യൻ യുദ്ധഭൂമിയിൽ സന്ദർശനം നടത്തുകയും ചെയ്തു. ഇക്കാലത്ത് പല യുവതികളും അദ്ദേഹത്തിന്റെ ജീവിതത്തിലേക്ക് കടന്നുവന്നു. ഇതിൽ, അഡാമെങ്കൻ എന്ന അമേരിക്കൻ സർക്കസുകാരിയുമായുണ്ടായ ബന്ധം ചില അപവാദ പ്രചരണങ്ങൾക്കു ഇടയാക്കി.

ഇരുന്നൂറ്റി അമ്പതോളം നോവലുകളും നൂറിലധികം നാടകങ്ങളും നിരവധി യാത്രാവിവരണങ്ങളും രചിച്ച ഡ്യൂമയെ ഏറെ പ്രശസ്തനാക്കിയ കൃതികളാണ് *കൗണ്ട് ഓഫ് മോണ്ടിക്രിസ്റ്റോ, ത്രീ മസ്ക്കറ്റിയേഴ്സ്* എന്നിവ. ഈ നോവലുകൾ ലോകത്തിലെ മിക്ക ഭാഷകളിലേക്കും തർജ്ജമ ചെയ്യപ്പെട്ടിട്ടുണ്ട്. കൂടാതെ ഇദ്ദേഹത്തിന്റെ മറ്റു പ്രശസ്ത കൃതികൾ *ജേഗുവിന്റെ പിൻഗാമികൾ, നാല്പത്തിയഞ്ചു കാവൽഭടന്മാർ, ഇരുപതു വർഷങ്ങൾക്കുശേഷം, കറുത്ത ലില്ലിച്ചെടി, കാമില്ലി, ഒരു ഭിഷഗ്വരന്റെ ഓർമ്മകൾ* എന്നിവയാണ്.

മകന്റെ ഇടയ്ക്കിടെയുള്ള സന്ദർശനം, മകൾ പിറ്റലുമൊത്തുള്ള ചുരുങ്ങിയ കാലത്തെ ജീവിതം എന്നിവയാണ് അവസാന നാളുകളിൽ ഡ്യൂമയ്ക്കു ആശ്വാസം പകർന്നത്. 1870 ഡിസംബർ 5 ന് മകന്റെ വസതിയിൽ വച്ച് ആ സംഭവബഹുലമായ ജീവിതത്തിനു തിരശ്ശീല വീണു.

ചാൾസ് ഡിക്കൻസ്

അനശ്വര കഥാപാത്രങ്ങളിലൂടെ മനുഷ്യമനസ്സ് കീഴടക്കിയ വിശ്വപ്രതിഭ

നിന്ദിതരുടെയും പീഡിതരുടെയും ഹൃദയത്തുടിപ്പുകൾക്കു അക്ഷരശോഭ നല്കിയ ചാൾസ് ഡിക്കൻസ് 1812 ഫെബ്രുവരി 7 ന് ഇംഗ്ലണ്ടിലെ ഹാംഷയർ പ്രവിശ്യയിലെ ലാൻസ് പോർട്ടിൽ ജനിച്ചു. നാവിക സേനാ പോസ്റ്റോഫീസിലെ ഗുമസ്തനായിരുന്ന ജോൺ ഹഫിം ഡിക്കൻസായിരുന്നു പിതാവ്. മാതാവ് എലിസബത്ത് ബാരോ അതേ പോസ്റ്റോഫീസിലെ മേൽജീവനക്കാരന്റെ മകളായിരുന്നു.

പിതാവിന്റെ ജോലിയിൽനിന്നും ലഭിച്ചിരുന്ന തുച്ഛമായ വരുമാനം മാത്രമായിരുന്നു ആ കുടുംബത്തിന്റെ ഏകാവലംബം. പോരാത്തതിന് കുടിച്ചുകൂത്താടി നടന്നിരുന്ന പിതാവ് കുടുംബകാര്യങ്ങൾ നോക്കാതെ പണം ധൂർത്തടിച്ചു നശിപ്പിക്കുകയും ചെയ്തു. പ്രതികൂല സാഹചര്യങ്ങളിൽ നന്നേ ദാരിദ്ര്യത്തിൽ ജീവിതം തള്ളിനീക്കിയ ആ കുടുംബത്തിന് ഡിക്കൻസിന്റെ പ്രാഥമിക വിദ്യാഭ്യാസം പോലും തൃപ്തികരമായി നിർവ്വഹിക്കാനായില്ല.

തുച്ഛമായ വരുമാനവും കുത്തഴിഞ്ഞ ജീവിതവുംമൂലം വലിയ കടബാദ്ധ്യതയിലായിത്തീർന്ന ആ കുടുംബം, കടം നല്കിയവരുടെ പരാതിയെത്തുടർന്ന്, ജയിലിലടയ്ക്കപ്പെട്ടു. എന്നാൽ ബാലനായിരുന്ന ഡിക്കൻസിനെ മാത്രം ജയിൽവാസത്തിൽ നിന്നൊഴിവാക്കി.

കൗമാരം പിന്നിടുംമുമ്പ് ജീവിതമാർഗ്ഗം തേടി വീടുവിട്ടിറങ്ങിയ ഡിക്കൻസ് ഒരു ഗുദാമിലെ കൂലിപ്പണിക്കാരനായി തുടക്കത്തിൽ ജോലി നോക്കി. നരകതുല്യമായ അവിടത്തെ ജീവിതം ആ ബാലനു തുടരാനായില്ല.

ആഹാരത്തിനു വകയില്ലാതെ തെരുവുതെണ്ടിയായി അലഞ്ഞുനടന്ന ആ ബാലൻ സമൂഹത്തിന്റെ അഴുക്കുചാലുകളിൽ കഴിഞ്ഞിരുന്നവരുമായി ജീവിതം പങ്കിട്ടു. തന്റെ സാഹിത്യ ശിക്ഷണത്തിന്റെ ബാലപാഠങ്ങൾ മനസ്സിലേറ്റാൻ ആ തെരുവുജീവിതാനുഭവങ്ങൾ ചാൾസിനെ ഏറെ സഹായിക്കുകയുണ്ടായി. ഉപജീവനത്തിനായി പല പണികളിലുമേർപ്പെട്ട ഡിക്കൻസ് തുടർന്നൊരു പെയിന്റുനിർമ്മാണ സ്ഥാപനത്തിൽ കൂലിപ്പണിക്കാരനായി. അവിടത്തെ ജീവിതവുമായി പൊരുത്തപ്പെട്ടുപോകാനാവാതെ വന്നപ്പോൾ അവിടെനിന്നവൻ ഒളിച്ചോടുകയാണുണ്ടായത്.

ഒടുവിൽ ഒരു അഭിഭാഷകന്റെ കാര്യാലയത്തിൽ റൂം ബോയിയായി നിയമിതനായ ചാൾസിനു അവിടത്തെ ജോലി ഇഷ്ടമായി. അവിടെ വൻപുസ്തകശേഖരമുണ്ടായിരുന്നു. രാത്രിയുടെ യാമങ്ങളിൽ കൂറ്റൻ ഗ്രന്ഥങ്ങളിൽ മനസ്സും നട്ട് തപസ്സിരിക്കുന്ന അഭിഭാഷകൻ ഡിക്കൻസിന് എന്നും ഒരു കൗതുകക്കാഴ്ചയായിരുന്നു. ബ്രിട്ടീഷ് മ്യൂസിയത്തിലെ ലൈബ്രറിയിൽ ഇടയ്ക്കിടെ സന്ദർശനം നടത്തിയിരുന്ന അഭിഭാഷകൻ ഡിക്കൻസിനെയും ഒപ്പം കൂട്ടാൻ മറന്നില്ല. പുസ്തകങ്ങളുടെ അത്ഭുതലോകത്തിൽ നിരന്തരം മുങ്ങിത്തപ്പിയിരുന്ന അഭിഭാഷകനെ ആരാധനയോടെ നോക്കിയിരിക്കുമ്പോൾ പുസ്തകങ്ങളോടുള്ള ആത്മബന്ധം ഡിക്കൻസിൽ നാമ്പിടുകയായിരുന്നു.

പിതാവിന്റെ ജയിൽ മോചനം, മാതാവിന്റെ മരണം എന്നിവയായിരുന്നു അക്കാലങ്ങളിൽ ഡിക്കൻസിന്റെ ജീവിതത്തിലരങ്ങേറിയ പ്രധാന സംഭവങ്ങൾ. ഇതിനിടെ ഷോർട്ട് ഹാൻഡ് വശമാക്കിയിരുന്ന ആ യുവാവ് പത്തൊമ്പതാം വയസ്സിൽ *മോണിങ് ക്രോണിക്കിൾ* എന്ന പത്രത്തിൽ ജോലിയിൽ ചേർന്നു. ജോലിയുടെ ഭാഗമായി ഫീച്ചറുകൾ തയ്യാറാക്കാൻ ധാരാളം സഞ്ചരിക്കേണ്ടിവന്ന ഡിക്കൻസിനു സമൂഹവുമായി കൂടുതൽ ഇടപഴകുവാനും ജീവിതത്തിന്റെ വ്യത്യസ്തമുഖങ്ങൾ അടുത്തുകാണുവാനും അവസരം ലഭിച്ചു. വായനയ്ക്കായി ധാരാളം സമയം മാറ്റിവച്ച ആ യുവാവ് ഷേക്സ്പിയർ നാടകങ്ങൾ ശ്രദ്ധയോടെ കാണുന്നതിനും സമയം കണ്ടെത്തി. യാത്രാനുഭവങ്ങളിൽനിന്നും ആർജ്ജിച്ച അനുഭവജ്ഞാനം ആ പ്രതിഭാശാലിയുടെ ചിന്തകൾക്കു കാര്യമായ മാറ്റമുണ്ടാക്കി. സമ്പന്നവിഭാഗങ്ങൾ ആസ്വദിക്കുന്ന പ്രകാശം വിതറുന്ന ലോകത്തിനു പിന്നിൽ വറുതിയിലും നിത്യദുഃഖത്തിലും മരണവുമായി മല്ലിട്ടു കഴിയുന്ന നിന്ദിതരും പീഡിതരുമായ ജനസമൂഹം വസിക്കുന്നുണ്ടെന്നു കണ്ട ഡിക്കൻസ് അവർക്കുവേണ്ടി തന്റെ തൂലിക ചലിപ്പിക്കാൻ തയ്യാറായി. ഇതിനോടകം എല്ലാ കാര്യങ്ങളെയും നർമ്മത്തോടെ വീക്ഷിക്കാൻ പഠിച്ചിരുന്ന ചാൾസ് നർമ്മലേഖനങ്ങളുടെ രചനയിൽ മുഴുകി.

മൂന്നു വർഷങ്ങൾക്കുശേഷമാണ് അദ്ദേഹം നോവൽ രചനയിലേക്കു തിരിഞ്ഞത്. താഴേക്കിടയിലുള്ള പച്ച മനുഷ്യരുടെ സ്വപ്നങ്ങളും പരുക്കൻ യാഥാർത്ഥ്യങ്ങളും നർമ്മത്തിൽ പൊതിഞ്ഞ് ഏറെ വായനക്ഷമമായി അവതരിപ്പിച്ച *പിക്ക്വിക്ക് പേപ്പേഴ്സാ*യിരുന്നു ആദ്യനോവൽ. തുർന്ന് *ഒലിവർ ടിസ്റ്റ്, നിക്കോളസ് നിക്കൽബൈ, ഓൾഡ് ക്യൂരിയോ സിറ്റി ഷോപ്പ്, ടെയിൽ ഓഫ് ടൂ സിറ്റീസ്, ഗ്രേറ്റ് എക്സ്പെക്ടേഷൻസ്, ഡേവിഡ് കോപ്പർ ഫീൽഡ്, ക്രിസ്മസ് കാരൾ* തുടങ്ങിയ നോവലുകൾ അദ്ദേഹം രചിച്ചു. കുട്ടികൾക്കായി മാത്രം പുസ്തകങ്ങളൊന്നും രചിച്ചിരുന്നില്ലെങ്കിലും ലോകസാഹിത്യത്തിൽ തലയെടുപ്പോടെ നില്ക്കുന്ന ധാരാളം ബാലകഥാപാത്രങ്ങളെ അദ്ദേഹം സൃഷ്ടിച്ചു. ഇവയിൽ ഏറ്റവും മുന്നിൽ നില്ക്കുന്ന അനശ്വരനായ ബാലകഥാപാത്രമാണ് ഡേവിഡ് കോപ്പർഫീൽഡ്.

1836 ൽ കാതറിൻ ഹോഗർത്ത് എന്ന യുവതിയെ ചാൾസ് വിവാഹം കഴിച്ചു. എന്നാൽ മാനസികപ്പൊരുത്തക്കേടുകളാൽ ആ ബന്ധം അകാലത്തിൽ അവസാനിക്കുകയാണുണ്ടായത്. തുടർന്ന് എലൻ എന്ന യുവതി ഡിക്കൻസിന്റെ ജീവിതത്തിലേക്ക് കടന്നുവന്നു. ജീവിതാന്ത്യംവരെ പുതുമയോടെ പ്രണയത്തിന്റെ ശോഭ കാത്തുസൂക്ഷിക്കാൻ കഴിഞ്ഞതോടൊപ്പം തന്റെ പ്രിയതമന്റെ ഇഷ്ടാനിഷ്ടങ്ങൾ തിരിച്ചറിഞ്ഞ് പ്രവർത്തിക്കാൻ എലനു കഴിഞ്ഞതിനാലാവാം തന്റെ സാഹിത്യപ്രവർത്തനങ്ങളിലും ജീവിതത്തിലാകെയും എലനുമൊത്തുള്ള ജീവിതം ഡിക്കൻസിനു കാര്യമായ കൈത്താങ്ങായത്. ഇതിനകം ലണ്ടനിലെ ഏറ്റവും ശ്രദ്ധേയനായ ജനപ്രിയനോവലിസ്റ്റായി മാറിയിരുന്ന ആ പ്രതിഭാശാലിയുടെ കൃതികൾ ടി വി, സിനിമ, സീരിയലുകളായി ജനമനസ്സുകളിലിടംപിടിച്ചു. തന്റെ നോവലുകൾ നാടകങ്ങളായി വൻപിച്ച ജനസദസ്സുകളിൽ അവതരിപ്പിക്കാൻ ശ്രദ്ധിച്ച നോവലിസ്റ്റ് നാടകവുമായി നടത്തിയ അമേരിക്കൻ പര്യടനത്തിനിടയിൽ നോവലുകളിൽനിന്നും സമ്പാദിച്ചതിനേക്കാൾ വരുമാനം നേടുകയുണ്ടായി.

1870 ജൂൺ 9 ന് ഒരു പൊതുവേദിയിൽ പ്രസംഗിച്ചുകൊണ്ടു നില്ക്കവെ തികച്ചും ആകസ്മികമായി തന്റെ 58-ാം വയസ്സിൽ കുഴഞ്ഞു വീണ് ആ ഇതിഹാസകാരൻ ഈ ലോകത്തോടു യാത്രപറഞ്ഞു.

ഗ്രഹാം ഗ്രീൻ

മാനവികതയുടെ ഹരിതതീരങ്ങൾ കീഴടക്കിയ സാഹിത്യപ്രതിഭ

യാത്രകളിൽനിന്നും ലഭിച്ച ഊർജ്ജം തന്റെ സാഹിത്യസൃഷ്ടികളിലൂടെ ലോകത്തിനു സമ്മാനിച്ച, വിശ്വമാനവികതയുടെ വക്താവായ ഗ്രഹാംഗ്രീൻ 1905 ൽ ഒക്ടോബറിൽ ഇംഗ്ലണ്ടിലെ ഹെർട്ട് ഫോർഡ് ഷെയറിൽ ജനിച്ചു. ബർക്ക്ഗാം സ്റ്റഡ് സ്കൂളിൽ ഹെഡ്മാസ്റ്ററായിരുന്നു പിതാവ്. അതേ സ്കൂളിൽത്തന്നെ പ്രാഥമിക വിദ്യാഭ്യാസം കഴിച്ച ഗ്രഹാം ഓക്സ്ഫോർഡിലെ ബലിയോൾ കോളേജിൽ ഉപരിപഠനം നടത്തി. കോളേജ് വിദ്യാഭ്യാസം കഴിഞ്ഞ് 1926 ൽ *ദി ടൈംസിൽ* പത്രപ്രവർത്തകനായി ജോലിയിൽ പ്രവേശിച്ചു. മൂന്നു വർഷങ്ങൾക്കുശേഷം അവിടംവിട്ട അദ്ദേഹം *ദി സ്പെക്ടേറ്ററിൽ* ചലച്ചിത്ര നിരൂപകനായി ചേർന്നു. തുടർന്ന് അതേ പ്രസിദ്ധീകരണത്തിൽ സാഹിത്യവിഭാഗത്തിന്റെ എഡിറ്ററായി നിയമിതനായി. ഈ കാലഘട്ടത്തിലാണ് അദ്ദേഹം വിവാഹജീവിതത്തിലേക്ക് പ്രവേശിച്ചത്. വിവയൻ ബ്രൗണിങ് എന്ന കത്തോലിക്ക യുവതിയെ വിവാഹം കഴിക്കുന്നതിനുവേണ്ടി കത്തോലിക്കനായി മാറിയ ആ യുവാവ് അന്ധമായ മതവിശ്വാസിയായിരുന്നില്ല. ഒരു കത്തോലിക്കനായിരുന്നുകൊണ്ടു തന്നെ എങ്ങനെ ഒരു കമ്യൂണിസ്റ്റായി ജീവിക്കാമെന്ന് അദ്ദേഹം തന്റെ ജീവിതത്തിലൂടെ ലോക

ത്തിനു കാട്ടിക്കൊടുത്തു.

സാഹിത്യലോകത്തേക്കു കടക്കുമ്പോൾ ആ യുവാവിനെ ആരും തീരെ ശ്രദ്ധിച്ചിരുന്നില്ല. ആദ്യം രചിച്ച മൂന്നു നോവലുകളും തികഞ്ഞ പരാജയവുമായിരുന്നു. എന്നാൽ *സ്റ്റാൻബുൾ ട്രെയിൻ* എന്ന അടുത്ത നോവൽ ഗ്രീനിനെ എഴുത്തുകാരനെന്ന നിലയിൽ ശ്രദ്ധേയനാക്കി. ഒഴുക്കിനെതിരെ നീന്തിക്കൊണ്ട് സ്വന്തമായൊരു രചനാശൈലിയുമായി കടന്നുവന്ന ഈ എഴുത്തുകാരനെ അനുവാചകലോകം ശ്രദ്ധിച്ചുതുടങ്ങി. ഒരു കവിയും, ഒരു പത്രപ്രവർത്തകയും, ഒരു കമ്യൂണിസ്റ്റ് നേതാവുമായി ഒരുമിച്ചൊരു തീവണ്ടിയിൽ യാത്രചെയ്യുമ്പോൾ അരങ്ങേറുന്ന അനിഷ്ട സംഭവങ്ങൾ ചിത്രീകരിക്കുന്ന ഈ നോവലിൽ തകരുന്ന മനുഷ്യബന്ധങ്ങളുടെ കഥ അനാവരണം ചെയ്യപ്പെടുന്നു. തുടർന്നെഴുതിയ *ബ്രൈറ്റൻ പാറ, അധികാരവും പ്രശസ്തിയും, സത്യാവസ്ഥ, അനുരാഗത്തിന്റെ അന്ത്യം, കത്തിയെരിഞ്ഞ കഥ* എന്നീ നോവലുകൾ ക്രിസ്തീയ ധാർമ്മികപ്രശ്നങ്ങൾ കൈകാര്യംചെയ്യുന്നതോടൊപ്പം വിരക്തിഭാവം പ്രകടമാക്കുന്നവയുമാണ്.

ലോകത്തെ മിക്ക രാജ്യങ്ങളും സന്ദർശിക്കുകയും അവിടങ്ങളിലെ ജീവിതാവസ്ഥകൾ സസൂക്ഷ്മം നിരീക്ഷിക്കുകയും ചെയ്ത നോവലിസ്റ്റ് തന്റെ കൃതികളിൽ അതാതു രാജ്യങ്ങളിലെ പ്രകൃതിയും മനുഷ്യനും തമ്മിലുള്ള ബന്ധം സമർത്ഥമായി അവതരിപ്പിക്കാൻ ശ്രദ്ധിക്കുകയുണ്ടായി. പശ്ചാത്തല വൈവിദ്ധ്യംകൊണ്ടും ഈ നോവലുകൾ വേറിട്ടു നില്ക്കുന്നു. ഇംഗ്ലണ്ട്, സ്വീഡൻ, മെക്സിക്കോ, ക്യൂബ, വിയറ്റ്നാം തുടങ്ങിയ രാജ്യങ്ങളുടെ പശ്ചാത്തലത്തിൽ അവിടെയൊക്കെയുള്ള സാധാരണക്കാരുടെ പ്രശ്നങ്ങൾ അദ്ദേഹം തന്റെ നോവലുകളിൽ അവതരിപ്പിച്ചു.

സ്ത്രീ കഥാപാത്രങ്ങളുടെ സൃഷ്ടിയിൽ ഗ്രീൻ പുലർത്തിയ വൈദഗ്ദ്ധ്യം പല നിരൂപകന്മാരും എടുത്തുപറഞ്ഞിട്ടുണ്ട്. *അനുരാഗത്തിന്റെ അന്ത്യം* എന്ന നോവലിലെ സാറ എന്ന കഥാപാത്രം ഇതിനൊരുദാഹരണമാണ്. ഹെൻറിയുടെ ഭാര്യയായ സാറയ്ക്ക് ഭാര്യയെന്ന നിലയ്ക്ക് ഹെൻറിയുമായി യാതൊരു ബന്ധവുമില്ല. സ്നേഹിതനായ ബെന്റിക്സുമായി അവൾ രഹസ്യബന്ധം പുലർത്തുന്നുമുണ്ട്. ആ വിവരം ഹെൻറിക്കറിയാമെങ്കിലും അയാൾ തന്റെ ഭാര്യയെ പരിശുദ്ധയായിത്തന്നെ കാണുന്നു. സാറയോടുള്ള പ്രണയം മൂത്ത ബെന്റിക്സ് ഒരു നാൾ തന്റെ കാമുകിയോട് വിവാഹാഭ്യർത്ഥന നടത്തുന്നു. തന്റെ ഭർത്താവിനത് സഹിക്കാൻ കഴിയില്ലെന്നും പോരെങ്കിൽ താൻ മറ്റൊരാളുടെ കാമുകിയാണെന്നും അവൾ പറഞ്ഞതുകേട്ട് ബെന്റിക്സ് ശരിക്കും അന്ധാളിച്ചുപോയി. എന്നാൽ ഏവരേയും അമ്പരപ്പിലാക്കിക്കൊണ്ട് പെട്ടെന്നൊരുനാൾ സാറ ഈ ലോകത്തോടു യാത്രപറയുന്നു. അവൾ എഴുതിവച്ചിരുന്ന കത്തിൽനിന്നും തന്റെ മൂന്നാമത്തെ കാമുകൻ ദൈവമാണെന്നവൾ ഏറ്റുപറയുന്നു. അതിനിഗൂഢമായ പെൺമനസ്സിലേക്കുള്ള

യാത്രയാണ് ഗ്രീനിന്റെ *അനുരാഗത്തിന്റെ അന്ത്യം* എന്ന കൃതി.

ധാരാളം വിവാദങ്ങൾക്കിടയാക്കിയ ഗ്രീനിന്റെ മറ്റൊരു നോവലാണ് *അധികാരവും പ്രശസ്തിയും.* മെക്സിക്കോവിൽ പള്ളിയുടെ പ്രവർത്തനം നിരോധിച്ച ഘട്ടത്തിൽ നടന്ന സംഭവങ്ങളാണ് നോവലിൽ അനാവരണം ചെയ്യപ്പെടുന്നത്. പാപത്തിനും ചെകുത്താനും സൗന്ദര്യമുണ്ടെന്നു വിശ്വസിക്കുകയും സ്ത്രീകളുമായി അവിശുദ്ധ ബന്ധം പുലർത്തുന്നത് വളരെ ഇഷ്ടപ്പെടുകയും അതിലൊരു സന്തതിക്കു ജന്മം നല്കുകയും ചെയ്ത ഒരു വൈദികനാണ് നോവലിലെ നായകൻ. 'ചീത്തപ്പാതിരി' എന്ന പേര് സമ്പാദിച്ച അദ്ദേഹത്തെ ഒടുവിൽ രാജ്യദ്രോഹക്കുറ്റം ചുമത്തി ജയിലിലടയ്ക്കുന്നു. കത്തോലിക്കാസഭ ഈ നോവലിനു നിരോധനമേർപ്പെടുത്തുകയും ഗ്രീനിനെ വിമർശനങ്ങളുടെ മുൾമുനയിൽ നിർത്തുകയും ചെയ്തപ്പോൾ പോപ്പ് പോൾ ആറാമൻ നോവൽ വായിക്കുകയും അദ്ദേഹത്തിനത് ഇഷ്ടപ്പെടുകയും ചെയ്തതായി ഗ്രീൻ പ്രസ്താവിച്ചിട്ടുണ്ട്.

ദാരിദ്ര്യത്തെയും അമാനവീകരണത്തേയും ഏറ്റവും ശക്തമായ രീതിയിൽ വിമർശിച്ച ഗ്രീൻ തന്റെ *നിയമവിരുദ്ധ റോഡുകൾ* എന്ന ആഫ്രിക്കൻ സഞ്ചാരക്കുറിപ്പിൽ ദൈവത്തെയും, ദൈവത്തിൽ നിന്നുപുറന്തള്ളപ്പെട്ട്, കാടത്തത്തിന്റെ ദുർവ്വാശിയിൽ ജീവിതം തുലയ്ക്കുന്ന മനുഷ്യരെയും വിമർശിക്കുന്നുണ്ട്.

പ്രശസ്തനായ പത്രപ്രവർത്തകനായിരുന്ന അദ്ദേഹം *ടൈംസിന്റെ* പത്രാധിപസമിതിയിൽ പ്രവർത്തിക്കുമ്പോൾ കാമു, സാർത്ര്, ഹെസെ, എലിയറ്റ്, പ്രീസ്റ്റിലി തുടങ്ങിയവരുടെ നോവലുകളെക്കുറിച്ചെഴുതിയ നിരൂപണങ്ങൾ വലിയ വിവാദം ക്ഷണിച്ചുവരുത്തുകയുണ്ടായി. ഗ്രീനിന്റെ നിരൂപണങ്ങൾക്ക് മറുപടിയായി 'സാർത്ര്' നിരൂപകധർമ്മം എന്നൊരു ലേഖനം *ടൈംസിൽ* പ്രസിദ്ധീകരിച്ചത് ഏറെ ചർച്ചകൾക്കിടയാക്കി.

മുപ്പതോളം നോവലുകൾ രചിച്ച ഗ്രഹാംഗ്രീൻ വിവിധ രാജ്യങ്ങളുടെ സാംസ്കാരിക വൈവിദ്ധ്യം തിരിച്ചറിഞ്ഞ് അവയുടെ പശ്ചാത്തലത്തിൽ മാനവികതയുടെ മൂല്യം ഉയർത്തിപ്പിടിക്കുവാനാണ് തന്റെ കൃതികളിലൂടെ ശ്രമിച്ചത്. ശ്രദ്ധേയമായ രണ്ട് യാത്രാവിവരണങ്ങളും ഗ്രീനിന്റേതായുണ്ട്. *എ ജേർണി വിത്തൗട്ട് മാപ്സ്, ദ ലാലസ് റോഡ്സ്* എന്നിവയാണവ. അഞ്ച് ചെറുകഥാസമാഹാരങ്ങളും ഗ്രീൻ രചിക്കുകയുണ്ടായി. നാലു നാടകങ്ങൾ എഴുതിയ അദ്ദേഹം നാടകകൃത്തെന്ന നിലയിലും തന്റെ കഴിവ് തെളിയിക്കാൻ മറന്നില്ല.

കാരൾ റീഡ് സംവിധാനം ചെയ്ത *ദ തേഡ് മാൻ* എന്ന ചിത്രത്തിന് ഗ്രീൻ രചിച്ച തിരക്കഥ ഏറെ ശ്രദ്ധിക്കപ്പെടുകയുണ്ടായി. ചലച്ചിത്ര നിരൂപണം, പ്രബന്ധ സമാഹാരം, ആത്മകഥ തുടങ്ങിയവയായി ഗ്രീനിന്റെ സാഹിത്യസംഭാവനകൾ നിരവധിയാണ്. ലോകമാനവികതയുടെ വക്താവായി തന്റെ കഴിവ് തെളിയിച്ച ഈ അനശ്വരപ്രതിഭ 1991 ൽ തന്റെ 87-ാം വയസ്സിൽ ഈ ലോകത്തോടു വിടപറഞ്ഞു.

ഗെ-ഡെ-മോപ്പസാങ്
ചെറുകഥകളിലൂടെ ലോകപ്രശസ്തനായ സാഹിത്യകാരൻ

ജീവിതത്തിനു കലാപരമായ വ്യാഖ്യാനം നല്കാനായി ലക്ഷണയുക്തമായ ചെറുകഥകൾ ലോകത്തിനു സമ്മാനിച്ച ഗെ-ഡെ-മോപ്പസാങ് 1850 ൽ ജനിച്ചു. ആരോടും ഒരു വിട്ടുവീഴ്ചയ്ക്കും തയ്യാറാകാത്ത തന്റേടക്കാരിയായ അമ്മ, അവരുടെ ജീവിതരീതികളോടു സമരസപ്പെടാൻ ഒരു രീതിയിലും കഴിയാതിരുന്ന തികച്ചും നാഗരികനായ പിതാവ്, ആ പൊരുത്തക്കേടുകൾക്കിടയിൽ കഴിച്ച ബാല്യം; അതായിരുന്നു മോപ്പസാങ്ങിന്റേത്. ആ കുടുംബജീവിതം അധികകാലം നീണ്ടുനിന്നില്ല. മോപ്പസാങ്ങിനെയും സഹോദരനെയും അമ്മയുടെ സംരക്ഷണയിലാക്കി ആ പിതാവ് കുടുംബത്തിൽനിന്നും വഴിപിരിയുകയാണുണ്ടായത്.

അമ്മയുടെ കീഴിൽ വളർന്ന ആ ബാലനു പല പ്രത്യേകതകളുമുണ്ടായിരുന്നു. നല്ല കായികശേഷി, ആരും നോക്കി നില്ക്കാൻ പോന്ന സൗന്ദര്യം, വ്യായാമത്തിൽ അതിരുകടന്ന താല്പര്യം. ഇവയൊക്കെ അവനെ ശ്രദ്ധേയനാക്കി. പതിമൂന്നു വയസ്സെത്തുംവരെ എദ്രീറ്റിലുള്ള സ്കൂളിലായിരുന്നു വിദ്യാഭ്യാസം. അവിടന്ന് യ്‌വെറ്റോട്ടിലെ വിദ്യാലയത്തിലേക്കു പഠനം മാറ്റി. സ്കൂൾ അധികാരികൾക്ക് എന്നും തലവേദന

സൃഷ്ടിച്ച ആ കുസൃതിക്കാരന് സഹപാഠികളോടും അദ്ധ്യാപകരോടും പൊരുത്തപ്പെട്ടുപോകാൻ കഴിഞ്ഞില്ല. പോരാത്തതിന് കൈയിലിരിപ്പോ കുരുത്തക്കേടുകൾ മാത്രവും. സ്കൂൾ അധികാരികൾക്കായി കരുതിവ ച്ചിരുന്ന പ്രത്യേകതരത്തിലുള്ള വീഞ്ഞ് അനുമതികൂടാതെ അകത്താ ക്കിയ ആ ബാലൻ തല്ലുകൊള്ളിയായി അവിടെ കഴിഞ്ഞു. ഫലമോ, ഒരുനാൾ അവൻ സ്കൂളിൽനിന്നും പുറത്താക്കപ്പെട്ടു. പിന്നീട് റൂമങ്ങി ലുള്ള വിദ്യാലയത്തിലായി തുടർപഠനം. കവിതകൾ കുത്തിക്കുറി ക്കുന്നതിൽ താല്പര്യം പ്രദർശിപ്പിച്ച ആ വിദ്യാർത്ഥി ശൃംഗാരവും മത ദ്രോഹവുമാണ് കവിതകൾക്കു വിഷയമാക്കിയത്. അവ വായിച്ച് നെറ്റി ചുളിച്ച സ്കൂളധികൃതർ അവനു താക്കീതു നല്കാൻ മറന്നില്ല. തന്റെ സാഹിത്യവാസന മോപ്പസാങ്ങിനെക്കൊണ്ടെത്തിച്ചത് പ്രശസ്ത കവി ലൂയി ബുൽഗെയുടെ അരികിലേക്കാണ്. ആ ബന്ധം സാഹിത്യാചാര്യ നായിരുന്ന ഫ്ളാബർട്ടിനെ പരിചയപ്പെടുന്നതിൽ കലാശിച്ചു. ആ യുവാവിൽ നല്ലൊരു എഴുത്തുകാരൻ ഒളിഞ്ഞിരിപ്പുണ്ടെന്ന് കണ്ട അവർ അവനുവേണ്ട പ്രോത്സാഹനം നല്കി.

1870 ൽ ഫ്രാൻസും ജർമ്മനിയുമായി യുദ്ധം തുടങ്ങി. ജർമ്മനി വിജ യിച്ച് ഫ്രാൻസിൽ കടന്നുകയറി. അന്നു ഇരുപതു വയസ്സു തികഞ്ഞി രുന്ന മോപ്പസാങ്ങിനും സൈന്യത്തിൽ നിർബ്ബന്ധസേവനം അനുഷ്ഠി ക്കേണ്ടിവന്നു. റൂവാങ്ങിൽനിന്നും ഫ്രഞ്ചുസേന പിൻവാങ്ങിയപ്പോൾ അവ രോടൊപ്പം മോപ്പസാങ്ങുമുണ്ടായിരുന്നു.

അവിടെനിന്ന് ആ യുവാവ് നേരേ പോയത് പാരീസിലേക്കാണ്. അവിടെ ഫ്ളാബർട്ടിന്റെ കീഴിൽ സാഹിത്യവിദ്യ പരിശീലിക്കാൻ തുട ങ്ങിയ മോപ്പസാങ് ഏഴു വർഷം അവിടെ ചെലവഴിച്ചു. മുൻനിര സാഹി ത്യകാരന്മാരായിരുന്ന ടാർജനീവ്, സോള, ദാദെ, തുടങ്ങിയ എഴുത്തുകാ രുമായി സൗഹൃദം സ്ഥാപിക്കാനും അവരിൽനിന്നു സാഹിത്യരചനയെ പ്പറ്റി കൂടുതൽ അറിയാനും ആ ഏഴുവർഷങ്ങൾ മോപ്പസാങ്ങിന് അവ സരം നല്കി.

സാഹിത്യ ശിക്ഷണത്തോടൊപ്പം ഉപജീവനത്തിനായി ചെറിയചെ റിയ തൊഴിലുകൾ ചെയ്ത ആ യുവാവ് തന്റെ രചനാലോകം വിപുലമാ ക്കുന്നതിനുവേണ്ട പ്രവർത്തനങ്ങളിലേർപ്പെട്ടു. ആദ്യം പുറത്തുവന്നത് ഒരു കവിതാസമാഹാരമാണ്. തുടർന്നൊരു കഥാസമാഹാരം പ്രസിദ്ധീ കരിക്കപ്പെട്ടു. അതോടെ ഈ എഴുത്തുകാരൻ ശ്രദ്ധിക്കപ്പെടാൻ തുടങ്ങി. തുടർന്ന് 'ബാൾ ഓഫ് ഫാറ്റ്' 'ടെല്ലിയർ മദാമ്മ' എന്നീ കഥകൾ വെളി ച്ചംകണ്ടു. വർഷങ്ങൾ നീണ്ട സാഹിത്യപഠനത്തിൽനിന്നും ആർജ്ജിച്ച രചനാതന്ത്രങ്ങളും കൈയൊതുക്കവും പ്രദർശിപ്പിച്ച ലക്ഷണയുക്തമായ ആ കഥകൾ വളരെ ശ്രദ്ധിക്കപ്പെട്ടു. അതോടെ ജോലി രാജിവച്ച് പൂർണ്ണ സമയ സാഹിത്യരചനയിൽ മുഴുകിയ മോപ്പസാങ് ധാരാളം അമൂല്യ സൃഷ്ടികൾക്ക് രൂപം നല്കി.

മുന്നൂറോളം ചെറുകഥകൾ, ആറു നോവലുകൾ, മൂന്നു യാത്രാവി

വരണങ്ങൾ എല്ലാം രചിക്കുന്നതിനു മോപ്പസാങ് തുടർന്നുള്ള വർഷങ്ങളിൽ സമയം കണ്ടെത്തി. സാഹിത്യകാരനെന്ന നിലയിൽ പേരുംപ്രശസ്തിയും ഏറെ വന്നുചേർന്നതോടെ പ്രണയിനികൾ അദ്ദേഹത്തിന്റെ ഏകാന്ത നിമിഷങ്ങൾക്കു സ്വപ്നം പകരാനായി ചുറ്റുംകൂടി. കരുത്തനായ സുന്ദരൻ, നല്ല കായികാഭ്യാസി, നീന്തൽ വിദഗ്ദ്ധൻ, പോരാത്തതിന് ഒന്നാംതരം കഥകൾ എഴുതി പ്രശസ്തിയുടെ കൊടുമുടികൾ കീഴടക്കിയവനും. ഇവയൊക്കെ പല യുവതികളുടെയും ഉറക്കം കെടുത്തിയപ്പോൾ മോപ്പസാങ് പ്രണയം വാരിവിതറിയ കുഴപ്പങ്ങളിൽ ചെന്നുചാടുകയായിരുന്നു. നാളുകൾക്കുശേഷം ആ കെട്ടുപാടുകളിൽനിന്നും മോചനം കൊതിച്ച അദ്ദേഹം ലോകസഞ്ചാരത്തിനായി ഇറങ്ങിത്തിരിച്ചു. ആഫ്രിക്ക, ഇറ്റലി, സിസിലി, ഫ്രാൻസ് തുടങ്ങിയ രാജ്യങ്ങളിൽ ചുറ്റിസഞ്ചരിച്ച അദ്ദേഹം തന്റെ യാത്രാനുഭവങ്ങൾ ലളിതമായി ഏറ്റവും രസകരമായി വായനക്കാർക്കു പകർന്നു നല്കാൻ മറന്നില്ല.

യാത്രകഴിഞ്ഞു തിരിച്ചെത്തിയ മോപ്പസാങ് ഏകാന്തവാസം സ്വയംവരിച്ച് തന്റെ പ്രവർത്തനങ്ങളിൽ ഒതുങ്ങിക്കൂടി. എന്നാൽ അകാരണമായി ഉള്ളിൽ കടന്നുകൂടിയ വിഷാദം, ഭ്രാന്തൻ ചിന്തകൾ, ആരോ തന്നെ വേട്ടയാടാൻ വരുന്നുവെന്ന ഭീതി ഇവയൊക്കെ അദ്ദേഹത്തെ വല്ലാതെ വലച്ചു. പല മരുന്നുകളും കഴിച്ചുനോക്കി. ഒന്നിനും വിഷാദരോഗത്തിൽനിന്നും തന്നെ രക്ഷിക്കാനായില്ല. കപ്പൽസഞ്ചാരം ഗുണം ചെയ്യുമെന്ന് കരുതി ഇറങ്ങിത്തിരിച്ചെങ്കിലും പ്രശ്നങ്ങൾ നാൾക്കുനാൾ ഏറിവന്നതേയുള്ളൂ. ഒടുവിൽ ആത്മഹത്യ ഒന്നുമാത്രമാണ് ശാശ്വതപരിഹാരം എന്നുചിന്തിച്ചുകൊണ്ട് സ്വയം നിറയൊഴിച്ചു മരിക്കാനൊരുങ്ങി. യജമാനനെ രഹസ്യമായി നിരീക്ഷിച്ചിരുന്ന പരിചാരകൻ തോക്കിൽനിന്നും വെടിയുണ്ട എടുത്തുമാറ്റിയിരുന്നതിനാൽ അതിലും വിജയിച്ചില്ല. ഒടുവിൽ കത്തികൊണ്ട് കഴുത്തുമുറിക്കാനായി ശ്രമം. അതും ഫലപ്രദമായില്ല. രക്തപ്രവാഹം അധികമാവും മുമ്പ് അതും തടയപ്പെട്ടു. അവസാനം ബുദ്ധിഭ്രമത്തിനിരയായി ചങ്ങലകളിൽ തളയ്ക്കേണ്ടിവന്ന ആ ഹതഭാഗ്യനെ ഭ്രാന്താലയത്തിലാക്കേണ്ടിവന്നു.

ലോക ചെറുകഥയ്ക്കു വെളിച്ചം പകർന്നു, ലക്ഷണയുക്തമായ മുന്നൂറോളം കഥകൾകൊണ്ട് ലോകസാഹിത്യത്തെ സമ്പന്നമാക്കിയ ഗൈ-ഡെ-മോപ്പസാങ് 1893 ൽ തന്റെ 43-ാം വയസ്സിൽ തികച്ചും ആകസ്മികമായി ഈ യുദ്ധക്കളത്തോടു യാത്ര പറയുകയാണുണ്ടായത്.

വോൾ സോയിങ്ക

ചരിത്രസത്യങ്ങളെ പുനരാവിഷ്കരിച്ച നോബൽ ജേതാവ്

ഒരു സാഹിത്യശാഖയും തനിക്ക് അന്യമല്ലെന്ന് സ്വന്തം രചനകളിലൂടെ തെളിയിച്ച, സാഹസിക സഞ്ചാരിയായ എഴുത്തുകാരൻ വോൾസോയിങ്ക 1934 ൽ പശ്ചിമ നൈജീരിയയിലെ അബിയോക്കൂട്ടായിൽ ജനിച്ചു. യോറൂബാ ഗോത്രവംശത്തിൽ പിറന്ന സോയിങ്കയുടെ പിതാവ് ഒരു സ്കൂൾ സൂപ്പർവൈസറായിരുന്നു. പ്രാഥമിക വിദ്യാഭ്യാസത്തിനുശേഷം ഇബദാൻ യൂണിവേഴ്സിറ്റിയിലും പിന്നീട് ഇംഗ്ലണ്ടിലെ ലീഡ്സ് യൂണിവേഴ്സിറ്റിയിലും ആ യുവാവ് കലാശാല വിദ്യാഭ്യാസം പൂർത്തിയാക്കി. തുടർന്ന് ലണ്ടനിലെ റോയൽകോർട്ട് തിയേറ്ററിൽ നാടകകൃത്തായും നാടകപരിശോധകനായും ജോലിയിൽ പ്രവേശിച്ചു. അത്യാധുനിക നാടക സങ്കേതങ്ങളുമായി സജീവ ബന്ധം പുലർത്താനും അവയുടെ അവതരണരീതി മനസ്സിലാക്കാനും ഈ കാലയളവിൽ അദ്ദേഹത്തിനു സാധിച്ചു.

1960 മുതൽ 1967 വരെ സ്വദേശത്തുള്ള പല സർവ്വകലാശാലകളിലും നാടക ഗവേഷണത്തോടൊപ്പം നാടക അദ്ധ്യാപകനായും പ്രവർത്തിച്ച ഈ നാടകപ്രതിഭ 1967 ൽ ഇബദാൻ യൂണിവേഴ്സിറ്റിയിലെ നാടകപഠന വിഭാഗത്തിന്റെ തലവനായി നിയമിക്കപ്പെട്ടു. എന്നാൽ 1967 മുതൽ 1970

വരെ നൈജീരിയയിൽ അരങ്ങേറിയ ആഭ്യന്തരകലാപത്തിൽ ശ്രദ്ധതിരിച്ച ആ രാജ്യസ്നേഹി ഒരുമൂന്നാം പടയെ സജ്ജമാക്കി ആഭ്യന്തരയുദ്ധത്തിൽ പങ്കുചേരുകയുണ്ടായി. നൈജീരിയൻ റേഡിയോസ്റ്റേഷൻ ആക്രമണത്തിനു നേതൃത്വം നല്കിയതിന്റെ പേരിൽ വോൾസോയിങ്ക അറസ്റ്റു ചെയ്യപ്പെടുകയും 1970 ൽ ആഭ്യന്തരയുദ്ധം സമാപിച്ചപ്പോൾ മോചിതനാകുകയും ചെയ്തു. തുടർന്നു യൂറോപ്യൻ നാടുകൾ സന്ദർശിക്കാൻ ഇറങ്ങിത്തിരിച്ച അദ്ദേഹം അഞ്ചുവർഷം യൂറോപ്പിലും ഒരു വർഷം ആഫ്രിക്കയിലെ ഘാനായിലും കഴിച്ചുകൂട്ടി. ഈ കാലയളവിൽ ഘാനായിൽ *ട്രാൻസിഷൻ* എന്ന പ്രസിദ്ധീകരണത്തിന്റെ പത്രാധിപരായി സേവനമനുഷ്ഠിച്ചു. 1976 ൽ അദ്ദഹം നൈജീരിയയിൽ തിരികെ എത്തുകയും അവിടെ ഇബദാൻ യൂണിവേഴ്സിറ്റിയിൽ നാടകവകുപ്പിന്റെ തലവനായി വീണ്ടും ജോലി സ്വീകരിക്കുകയും ചെയ്തു.

തന്റെ രചനകളിലൂടെ ആവിഷ്കരിച്ച സാഹസിക കഥാപാത്രങ്ങൾ, വായനക്കാരുടെ ഭാവനയെ ജ്വലിപ്പിക്കാൻ പോന്ന ദൃശ്യചിത്രീകരണം, താളാത്മകമായ രചനാരീതി, ബിംബങ്ങളുടെ സമർത്ഥമായ ഉപയോഗം എന്നിവ വോൾസോയിങ്കയുടെ കൃതികളെ വ്യത്യസ്തമാക്കുന്നു.

സോയിങ്കയുടെ പ്രധാന നോവലുകൾ *ദ ഇന്റർ പ്രിട്ടേഴ്സ്* (വ്യാഖ്യാതാക്കൾ), *സീസൺ ഓഫ് അനോമി* (*അനോമിയുടെ ഋതുക്കൾ*) എന്നിവയാണ്. നോവലിസ്റ്റ് എന്നതിലുപരി നാടകരചനാരംഗത്ത് ഈ പ്രതിഭാശാലിയുടെ സംഭാവനകൾ ഏറെ മികച്ചവയാണ്. *എ ഡാൻസ് ഓഫ് ദ ഫോറസ്റ്റ്* (ഒരു വനനൃത്തം), *ദ ലയൺ ആന്റ് ദ ജ്യൂവൽ* (സിംഹവും രത്നവും), *ഡെത്ത് ആന്റ് ദ കിങ്സ് ഹോഴ്സ്മാൻ* (മരണവും രാജാവിന്റെ കുതിരക്കാരനും) തുടങ്ങിയ നാടകങ്ങളെല്ലാം തന്നെ ആവിഷ്കാരഭംഗികൊണ്ടും പാത്രസൃഷ്ടിയിലെ മികവുകൊണ്ടും ലോകശ്രദ്ധ നേടുകയുണ്ടായി. ഇവ കൂടാതെ ജറോ നാടകങ്ങൾ എന്ന പേരിൽ യഹോവ സാക്ഷികളെ ആക്ഷേപഹാസ്യത്തിന്റെ മുൾമുനയിൽ നിർത്തുന്ന നാടകങ്ങളാണ് *ട്രയൽ ഓഫ് ബ്രദർ ജറോ.* (ജറോയുടെ പരീക്ഷണങ്ങൾ), *ജറോസ് മെറ്റമോർഫസിസ്* (ജറോയുടെ രൂപാന്തരം) എന്നിവ.

കവിതാരചനയിലും തന്റെ മൗലികത പ്രകടമാക്കിയ സോയിങ്കയുടെ *ഇദാൻ റേ ആന്റ് ഒദർ പോയംസ്, എ ഷട്ടിൽ ഇൻ ദ ക്രിപ്റ്റ്* എന്നീ കവിതാ സമാഹാരങ്ങൾ വളരെ ജനശ്രദ്ധ നേടിയവയാണ്.

തന്റെ വ്യത്യസ്തങ്ങളായ രചനകളിലൂടെ ചരിത്രസത്യങ്ങളെ പുനരവലോകനം ചെയ്യാനും സമൂഹത്തിനാവശ്യമായ മാറ്റം നിർദ്ദേശിക്കാനും കഴിഞ്ഞ ഈ പ്രതിഭാശാലിക്ക് 1986 ലെ സാഹിത്യത്തിനുള്ള നോബൽ സമ്മാനം ലഭിക്കുകയുണ്ടായി.

ടോണി മോറിസൺ

ഭാഷയുടെ സാദ്ധ്യതകളെ നീഗ്രോവർഗ്ഗത്തിന്റെ മോചനത്തിനായി ഉപയോഗിച്ച മനുഷ്യസ്നേഹി

ജീവിതമെന്നത് അമേരിക്കയിലെ കറുത്ത വർഗ്ഗക്കാർക്ക് ഏറെ ക്ലേശകരമായ അനുഭവമാണെന്ന് തന്റെ കൃതികളിലൂടെ ലോകത്തിനു കാട്ടിയ ടോണിമോറിസൺ 1931 ഫെബ്രുവരി 18 ന് ജീവ്ലാൻഡിന്റെ പടിഞ്ഞാറുഭാഗത്തു ലൊറെയ്നിൽ ജനിച്ചു. പിതാവ് അന്തോണി റൂഫോർഡ് വെള്ളക്കാർക്കു കീഴിൽ കുടിയാനായി പാർക്കുമ്പോൾ ജന്മിമാരിൽനിന്നും വളരെ യാതനകൾ അനുഭവിക്കുകയുണ്ടായി. കൊടുംദാരിദ്ര്യം, വെള്ളക്കാരിൽ നിന്നുള്ള കടുത്ത യാതനകൾ എന്നീ പ്രതികൂല സാഹചര്യങ്ങളിൽ കഴിഞ്ഞ ആ കുടുംബത്തിൽ, പിതാവിനു തുണയായി 12 വയസ്സുമുതൽ ടോണിമോറിസൺ പല തൊഴിലുകളിലും ഏർപ്പെട്ടു. വാഷിങ്ടണിലെ ഹോവാർഡ് യൂണിവേഴ്സിറ്റിയിൽനിന്നും ബിരുദവും കോർണൽ യൂണിവേഴ്സിറ്റിയിൽനിന്നും ബിരുദാനന്തര ബിരുദവും നേടിയ ടോണി മോറിസൺ ആദ്യം ടെക്സാസിലും പിന്നീട് ഹോവാർഡിലും ഇംഗ്ലീഷ് ലക്ചററായി സേവനമനുഷ്ഠിച്ചു.

ഹോവാർഡിൽ ജോലി നോക്കുമ്പോൾ ഹരോൾഡ് മോറിസൺ എന്ന ആർക്കിടെക്ടിനെ അവർ വിവാഹം കഴിച്ചു. രണ്ടു കുട്ടികളുടെ പിറവിക്കുശേഷം, ഭർത്താവിന്റെ കടുത്ത അവഗണനയിൽ മനംനൊന്ത്

1964 ൽ അവർ ഭർത്താവുമായുള്ള ബന്ധം വേർപെടുത്തി. അതോടൊപ്പം ഹോവാർഡിലെ ഉദ്യോഗത്തോടും വിടപറഞ്ഞ്, *റാൻഡം ഹൗസ്* എന്ന പുസ്തക പ്രസാധന സ്ഥാപനത്തിൽ ടെക്സ്റ്റ് ബുക്ക് എഡിറ്ററായി ജോലിയിൽ പ്രവേശിച്ചു. എഡിറ്റർ ജോലിയോടൊപ്പം സർഗ്ഗസാഹിത്യരചനയിലും ഏർപ്പെട്ട അവർ *ദ ബ്ലൂ വെസ്റ്റ് ഐ* എന്ന തന്റെ പ്രഥമ നോവലിനു ജന്മം നല്കി. എഡിറ്റിങ് ജോലിയും സാഹിത്യജീവിതവും ഒരുമിച്ചു നോക്കാനാവില്ലെന്ന് മനസ്സിലാക്കിയ അവർ എഡിറ്റർ ജോലി ഉപേക്ഷിച്ച് പ്രിൻസ്റ്റൺ സർവ്വകലാശാലയിൽ ഇംഗ്ലീഷ് പ്രൊഫസറായി നിയമനം നേടി.

വെള്ളക്കാരുടെ കീഴിൽ, അടിച്ചമർത്തപ്പെട്ട കറുത്തവർഗ്ഗക്കാരുടെ, ക്രൂരതയും വഞ്ചനയും കൊലയും തന്റെ നോവലുകളിലൂടെ ആവിഷ്കരിക്കാൻ ശ്രമിച്ച അവർ, പ്രത്യേക സാഹചര്യങ്ങളിൽ മനുഷ്യൻ എത്തപ്പെടുന്ന അപൂർവ്വ ജീവിതാവസ്ഥകൾ വെളിവാക്കാനാണ് തന്റെ തൂലിക ഉപയോഗിച്ചത്. പ്രധാന നോവലുകൾ *ദ ബ്ലൂ വെസ്റ്റ് ഐ* (1969), *സൂല* (1974), *സോങ് ഓഫ് സോളമൻ* (1977), *ടാർബേബി* (1980), *ബിലവഡ്* (1987), *ജാസ്* (1992) എന്നിവയാണ്, അടിച്ചമർത്തപ്പെട്ട നീഗ്രോ വർഗ്ഗക്കാരുടെ പ്രത്യേക ജീവിത സ്വഭാവങ്ങൾ, വായനക്കാരെ ഭയ സംഭ്രമങ്ങൾക്കിടയാക്കുന്ന അവരുടെ ക്രൂരതകൾ എന്നിവ അതിവിദഗ്ദ്ധമായി അവതരിപ്പിച്ച് വായനക്കാർക്കു മുന്നിൽ ഭ്രമാത്മകലോകം സൃഷ്ടിച്ച ടോണിമോറിസൺ നമ്മെ ഓർമ്മപ്പെടുത്തുന്ന ഒരു കാര്യം ജീവിതമെന്നത് അമേരിക്കയിലെ കറുത്തവർഗ്ഗക്കാർക്ക് ഏറ്റവും ദുഃസഹമായ അനുഭവമാണെന്നാണ്. അവരുടെ കൃതികളിൽ കാണുന്ന, വായനക്കാരുടെ മനസ്സിനെ അസ്വസ്ഥമാക്കാൻ പോന്ന കൊടുംക്രൂരത, അരുംകൊലകൾ എന്നിവ പലരിൽനിന്നും അവർക്കു വിമർശനം നേടിക്കൊടുത്തിട്ടുണ്ട്.

ഈ എഴുത്തുകാരിയുടെ ശ്രദ്ധേയമായ ഒരു കൃതിയാണ് അവർക്ക് പുലിറ്റ്സർ സമ്മാനവും അമേരിക്കൻ ബുക്ക് അവാർഡും സമ്മാനിച്ച *ബിലവഡ്* എന്ന നോവൽ. അമേരിക്കക്കാരന്റെ അതിക്രൂരമായ പീഡനത്തിൽനിന്നും സ്വന്തം മകൾക്ക് മോചനമേകാനായി സേത്ത് എന്ന നീഗ്രോ മാതാവ് തന്റെ മകളെ ക്രൂരമായി കൊലപ്പെടുത്തുന്നതാണ് ഈ നോവലിന്റെ പ്രമേയം. മാതാവിന്റെ കൊലക്കത്തിക്കിരയായി രക്തത്തിൽ കുളിച്ചു കിടക്കുന്ന സ്വന്തം പുത്രി ഡെൻവറുടെ ജഡം, ആ നോവലിൽ ആരെയും അസ്വസ്ഥമാക്കാൻ പോന്ന ദൃശ്യമാണ്. 1998 ൽ ഈ നോവൽ ചലച്ചിത്രമാക്കുകയുണ്ടായി.

അവർക്ക് നാഷണൽ ബുക്ക് ക്രിട്ടിക് സർക്കിൾ അവാർഡു നേടിക്കൊടുത്ത കൃതിയാണ് *സോങ് ഓഫ് സോളമൻ*. ഒരു പുരുഷൻ കേന്ദ്ര കഥാപാത്രമായി പ്രത്യക്ഷപ്പെടുന്ന അവരുടെ ഏക നോവലും ഇതു തന്നെ. ഒരു നീഗ്രോ കുടുംബത്തിന്റെ മൂന്നു തലമുറകളെ വായനക്കാർക്കു മുന്നിൽ തുറന്നുകാട്ടുന്ന ഈ കൃതിയിൽ പലയിടങ്ങളിലും

കഥാകാരി ഒരു ഭ്രമാത്മക അന്തരീക്ഷം സൃഷ്ടിക്കുന്നുണ്ട്.

ഏഴു നോവലുകൾ, ഒരു നാടകം, ഏതാനും ഉപന്യാസങ്ങൾ, റാൻഡ ഹൗസിനു വേണ്ടി എഡിറ്റു ചെയ്തു പ്രസിദ്ധീകരിച്ച *ദ ബ്ലാക് ബുക്ക്* എന്നിവയാണ് ഇവരുടെ പ്രധാന കൃതികൾ . കൂടാതെ കുട്ടികൾക്കുവേണ്ടിയും ചില കൃതികൾ ഇവർ പ്രസിദ്ധീകരിക്കുകയുണ്ടായി. അവർ അമേരിക്കൻ സാഹിത്യത്തിനു നല്കിയ സംഭാവനകൾ കണക്കിലെടുത്ത് 1996 ൽ നാഷണൽ ബുക്ക് ഫൗണ്ടേഷൻ മെഡൽ ഈ മഹതിയെ തേടിയെത്തുകയുണ്ടായി.

അമേരിക്കയിലെ നീഗ്രോവർഗ്ഗത്തെ ചങ്ങലകളിൽനിന്നും മോചിപ്പിക്കാൻ, തന്റെ ഭാഷയുടെ സാദ്ധ്യതകളെ പരമാവധി ഉപയോഗിച്ച് അവർ നടത്തിയ പരിശ്രമങ്ങൾ കണക്കിലെടുത്ത് 1993 ൽ സാഹിത്യത്തിനുള്ള നോബൽ സമ്മാനം ഈ എഴുത്തുകാരിക്കു ലഭിച്ചു. കൂടാതെ തന്റെ രചനകളിലൂടെ മാനവികതയുടെ മഹിമ ഉയർത്തിക്കാട്ടാൻ ഈ ഗ്രന്ഥകാരി നടത്തിയ ശ്രമങ്ങൾക്ക് അമേരിക്കൻ ഫെഡറൽ ഗവൺമെന്റ് നല്കിയ ആദരത്തിന്റെ ഭാഗമായി നാഷണൽ എൻഡോവുമെന്റ് ഫോർ ദ ഹ്യൂമെനിറ്റീസ് സംഘടിപ്പിച്ച ജഫേഴ്സൺ സ്മാരക പ്രഭാഷണം നടത്തുന്നതിന് ഇവരെ ക്ഷണിക്കുകയുണ്ടായി.

2012 ൽ പ്രസിഡൻഷ്യൽ മെഡൽ ഫോർ ഫ്രീഡം എന്ന ബഹുമതി അവർക്കു ലഭിച്ചു. പ്രിൻസ്റ്റൻ യൂണിവേഴ്സിറ്റിയിൽ പ്രൊഫസർ എമെരിറ്റസായി പ്രായത്തിന്റെ പ്രയാസങ്ങൾ അവഗണിച്ചുകൊണ്ട് അവർ ഇപ്പോഴും സേവനമനുഷ്ഠിച്ചുവരുന്നു.

യൂജിൻ ഒനീൽ

ദുരന്തങ്ങളിലൂടെ ജീവിതത്തിൽ ധന്യത കണ്ടെത്തിയ അമേരിക്കൻ നാടകകൃത്ത്

സംഭവബഹുലമായ ഒരു നാടകം പോലെ ഏറെ ശ്രദ്ധിക്കപ്പെട്ട അമേരിക്കൻ നാടകകൃത്ത് 'യൂജിൻ ഒനീൽ' 1888 ഒക്ടോബർ 16ന് ന്യൂയോർക്കിലെ ബ്രോഡ്‌വേയിൽ ജനിച്ചു.

അറിയപ്പെടുന്ന നാടക നടനായിരുന്ന ജയിംസ് ആയിരുന്നു പിതാവ്; മാതാവ് എല്ലാ ഒനീലും. *കൗണ്ട് ഓഫ് മോണ്ടിക്രിസ്റ്റോ* എന്ന നാടകത്തിൽ കൗണ്ടിന്റെ വേഷമഭിനയിച്ച് ഏറെ പണവും പ്രശസ്തിയും നേടിയെങ്കിലും നാടകരംഗത്ത് വേണ്ടത്ര ശ്രദ്ധിക്കപ്പെടുന്നില്ല എന്ന അസംതൃപ്തിയിൽ ജീവിച്ച പിതാവും, രണ്ടാമത്തെ മകന്റെ അകാല വേർപാടിൽ മനംനൊന്ത്, മയക്കുമരുന്നിൽ അഭയം കണ്ടെത്തിയ മാതാവും ആ ബാലന്റെ ജീവിതത്തെയും സ്വാധീനിച്ചു.

ഏറെ വിരസമായി കഴിച്ചുകൂട്ടിയ സ്കൂൾ വിദ്യാഭ്യാസ കാലം പുസ്തക ലോകവും ദിവാസ്വപ്നങ്ങളുമായി അവൻ ഒതുങ്ങിക്കൂടി. കത്തോലിക്ക മതവിശ്വാസിയായിരുന്ന യൂജിൻ തന്റെ പതിനഞ്ചാം വയസ്സിൽത്തന്നെ മതനിഷേധിയാവുകയും ദൈവാലയത്തിലെ തന്റെ ആരാധനാ ജീവിതത്തോടു എന്നെന്നേക്കുമായി വിടപറയുകയും ചെയ്തു. ഇതേച്ചൊല്ലി തന്റെ പിതാവുമായുണ്ടായ വാഗ്വാദം ആ ബാലനെ ഏറെ

അസ്വസ്ഥനാക്കി.

തന്നേക്കാൾ പത്തുവയസ്സിനു മൂപ്പുണ്ടായിരുന്ന സഹോദരൻ ജിമ്മിയുടെ മദ്യപാനത്തിലും അക്രമത്തിലും മുഴുകിയ കുത്തഴിഞ്ഞ ജീവിതം ഒനീലിന്റെ ജീവിതത്തിലും സ്വഭാവവൈകല്യങ്ങൾക്കു കാരണമായി. സ്കൂൾ ജീവിതകാലത്തു സ്കൂൾ ഹോസ്റ്റലിൽ യൂജിനും കൂട്ടരും പ്രശ്നങ്ങൾ സൃഷ്ടിക്കുകയും അത് ഹോസ്റ്റൽ അധികൃതരുടെ അപ്രീതിക്കു ഇടയാക്കുകയും ചെയ്തു.

തന്റെ 21-ാം വയസ്സിലാണ് യൂജിൻ കുടുംബ ജീവിതത്തിലേക്കു പ്രവേശിക്കുന്നത്. കാമുകി കാതലിൻ ജങ്കിൻസുമായി രഹസ്യമായി നടന്ന ആ വിവാഹം ഇരുവീട്ടുകാരുടെയും എതിർപ്പിനെത്തുടർന്ന്, ഏറെ താമസിയാതെതന്നെ തകരുകയാണുണ്ടായത്.

യൂജിനെ തന്റെ ഭാര്യയിൽനിന്നും അകറ്റുവാനായി പിതാവ് അയാളെ നാടുകടത്തി കപ്പലിൽ ജോലിക്കയച്ചു. തന്റെ കുഞ്ഞിനെ കാണുവാനുള്ള അവസരംപോലും യൂജിനു ലഭിച്ചില്ല. യൂജിനു ഏറ്റവും ദുരിതപൂർണ്ണമായിരുന്നു കപ്പൽ തൊഴിലാളിയായി ജീവിച്ച ആ നാളുകൾ. അവിടെ വച്ച് ക്ഷയരോഗത്തിന്റെ ആദ്യ ലക്ഷണങ്ങൾ പ്രകടമാക്കിയ ആ യുവാവ്, തന്റെ അസ്വസ്ഥതകളെ മറക്കാൻ മദ്യപാനത്തിൽ അഭയം തേടി.

കപ്പൽജോലിക്കാരോടൊത്ത് ഏറ്റവും താണ നിലയിൽ യൂജിൻ ആറു വർഷം അവിടെ ചെലവഴിച്ചു. തുടർന്നു സ്വന്തം ഭവനത്തിൽ മടങ്ങിയെത്തിയ യൂജിനെ കാത്തിരുന്നത് അവിടത്തെ അസ്വസ്ഥത പകരുന്ന ഗൃഹാന്തരീക്ഷമാണ്. എപ്പോഴും തന്നോടു കലഹത്തിനെത്തുന്ന പിതാവും മദ്യപാനിയും തെമ്മാടിയുമായി ജീവിതം കഴിക്കുന്ന ജ്യേഷ്ഠ സഹോദരനും മയക്കുമരുന്നിനടിമയായി ജീവിതം തകരാറിലാക്കിയ മാതാവും യൂജിന്റെ സ്വസ്ഥതയെ നശിപ്പിച്ചു. ഒടുവിൽ ജീവിതം അവസാനിപ്പിക്കാൻ തയ്യാറായ യൂജിൻ അമിതമായി ഉറക്കഗുളികകൾ കഴിച്ചെങ്കിലും തക്കസമയത്ത് ആശുപത്രിയിൽ എത്തിക്കാൻ കഴിഞ്ഞതിനാൽ രക്ഷപ്പെടുകയാണുണ്ടായത്.

കാതലിനുമായുള്ള ഹ്രസ്വമായ വിവാഹ ജീവിതത്തിൽനിന്നും മോചനം നേടിയ ആ യുവാവ് തുടർന്ന് പത്രലേഖകനായി ജോലിനോക്കി. എന്നാൽ ആ നാളുകളിൽ ക്ഷയരോഗം കലശലായതിനെത്തുടർന്ന് ചികിത്സയ്ക്ക് ക്ഷയരോഗ ചികിത്സാകേന്ദ്രത്തിൽ അഭയം തേടേണ്ടിവന്നു. ചികിത്സയും വിശ്രമവുമായി അവിടെ കഴിച്ചുകൂട്ടിയ നാളുകൾ ഒരു അനുഗ്രഹമായി അനുഭവിച്ചറിഞ്ഞ യൂജിൻ, വായനയും സാഹിത്യരചനയുമായി അവിടെ സമയം ചെലവഴിച്ചു.

ചികിത്സാ കേന്ദ്രത്തിൽനിന്നും മടങ്ങിയെത്തിയ യൂജിൻ, നാടകത്തിൽ കൂടുതൽ അറിവു നേടുന്നതിനായി ഹവാർഡിൽ പ്രൊഫ. ബേക്കറുടെ നാടകക്ലാസിൽ ചേർന്നു. അവിടെനിന്നും നാടകരചനയെക്കുറിച്ച് കൂടുതൽ മനസ്സിലാക്കിയ ആ യുവാവ് തന്റെ ആദ്യ നാടകമായ *ഈസ്റ്റ് ഫോർ കാർഡിഫി* (East for cardiff)നു രൂപം നല്കി.

ഒത്തുതീർപ്പുകൾക്കൊന്നിനും തയ്യാറാവാതിരുന്ന യൂജിൻ ലാഭത്തേക്കാൾ കലാമൂല്യത്തിനു പ്രാധാന്യം നല്കുന്ന പ്രോവിഡൻസ് ടൗൺ ഗ്രൂപ്പിനു വേണ്ടിയാണ് പ്രഥമ നാടകം രചിച്ചത്. പ്രോവിഡൻസ് ടൗൺ, മസ്സാച്യൂസക്സ് എന്നീ സ്ഥലങ്ങളിൽ നാടകം അരങ്ങേറുകയുണ്ടായി.

എന്നാൽ യൂജിൻ ഒനീൽ എന്ന നാടകകൃത്തിനെ ലോകം ശ്രദ്ധിച്ചുതുടങ്ങുന്നത് തന്റെ *ബിയോണ്ട് ദ ഹൊറൈസൺ* (Beyond the Horizon) എന്ന നാടകത്തോടെയാണ്. ചില സാധാരണ സംഭവങ്ങൾ, മനുഷ്യസ്വഭാവത്തിലെ പൊരുത്തക്കേടുകൾ, ഇവ വില്ലനില്ലാതെ, അത്യാഹിതങ്ങളൊന്നുമില്ലാതെ ആവിഷ്കരിച്ച ആ നാടകം യൂജിന്റെ ജീവിതത്തിൽ ഒരു വഴിത്തിരിവായി മാറുകയാണുണ്ടായത്.

ആ നാളുകളിലാണ് മെയ് ബെല്ലി, കറ്റി എന്നീ യുവതികൾ യൂജിന്റെ ജീവിതത്തിലേക്കു കടന്നുവരുന്നത്. എന്നാൽ ഒരു കുട്ടിക്കളിപോലെ കലാശിച്ച ആ പ്രണയങ്ങൾ അകാലത്തിൽ അവസാനിച്ചു. അതിനുശേഷം മറ്റൊരു യുവതി, കാട്ടുതീ പടരും പോലെ ആ പ്രതിഭാശാലിയുടെ ജീവിതത്തിലേക്കു കടന്നുവന്നു. ഒരു ദന്ത ഡോക്ടറുടെ ഭാര്യയും ജോൺ റീഡ് എന്ന പത്രപ്രവർത്തകന്റെ കാമുകിയുമായിരുന്ന സൂസി വളരെവേഗം യൂജിനിൽ അനുരക്തയാവുകയും കുറച്ചുനാൾ അവർ കാമുകീ കാമുകന്മാരായി കഴിയുകയും ചെയ്തു. എന്നാൽ കാട്ടുതീ കെട്ടടങ്ങും പോലെ ആ പ്രണയവും അകാലത്തിൽ പൊലിയുകയാണുണ്ടായത്.

ബിയോണ്ട് ദ ഹൊറൈസണുശേഷം യൂജിൻ രചിച്ച നാടകങ്ങളാണ് *ദ സ്ട്രാ, ദ ലോങ്ങസ്റ്റ് ജേർണി, ഇന്റു ദ നൈറ്റ്, ഹെയറി ഏപ്പ്* തുടങ്ങിയവ. ഒന്നിനുപിറകെ ഒന്നായി നിരവധി നാടകങ്ങൾ തുടർന്നു അദ്ദേഹം രചിച്ചു. *ബിയോണ്ട് ദ ഹൊറൈസൺ* എന്ന നാടകത്തിന് പുലിറ്റ്സർ സമ്മാനം ലഭിച്ചപ്പോൾ അതു നല്കിയ പ്രശസ്തിയേക്കാൾ അദ്ദേഹം വിലമതിച്ചത് സമ്മാനത്തുകയായി ലഭിച്ച ആയിരം ഡോളറായിരുന്നു.

യൂജിന്റെ ജീവിതത്തിലെ മറ്റൊരു വഴിത്തിരിവായിരുന്നു ഷാർലറ്റ് മോൺട്രി എന്ന യുവതിയുമായുള്ള കണ്ടുമുട്ടൽ. തന്റെ *ഹെയറി ഏപ്പ്* എന്ന നാടകത്തിൽ അഭിനയിക്കാനെത്തിച്ചേർന്നതായിരുന്നു അവർ. സംഭവബഹുലമായ ഒരു നാടകം പോലെ ഇണങ്ങിയും പിണങ്ങിയും മുന്നേറിയ ഈ പ്രണയം ഒടുവിൽ വിവാഹത്തിലാണ് കലാശിച്ചത്. 1929 ൽ ഇവർ വിവാഹിതരായി. ഷാർലറ്റ്, തന്റെ ഭർത്താവിന്റെ ജീവിതത്തിൽ അടുക്കും ചിട്ടയും പകർന്നു നല്കി. ഒരു ഭാര്യക്കപ്പുറം അദ്ദേഹത്തിന്റെ സ്വകാര്യ ജീവിതത്തിലും സാഹിത്യജീവിതത്തിലും, ആവശ്യമായ അനുകൂല ചുറ്റുപാടുകൾ ഒരുക്കുന്നതിന് ഒരു സെക്രട്ടറിയെപ്പോലെ ഷാർലറ്റ് പ്രവർത്തിച്ചു.

അദ്ദേഹം നാടകത്തിനു നല്കിയ ശ്രദ്ധേയ സംഭാവനകൾ കണക്കിലെടുത്ത് 1936 ൽ ഈ പ്രതിഭാശാലിക്കു സാഹിത്യത്തിനുള്ള നോബൽ സമ്മാനം ലഭിക്കുകയുണ്ടായി. എന്നാൽ അതിൽ അതിരറ്റ

സന്തോഷം പ്രകടിപ്പിക്കാൻ അദ്ദേഹം തയ്യാറായില്ല. തന്റെ മോശമായ ആരോഗ്യസ്ഥിതി കാരണം സ്വീഡനിൽ പോയി സമ്മാനദാനച്ചടങ്ങിൽ പങ്കെടുക്കാൻപോലും അദ്ദേഹത്തിനു കഴിഞ്ഞില്ല.

ഇണങ്ങിയും പിണങ്ങിയും 23 വർഷം നീണ്ട ഷാർലറ്റുമൊത്തുള്ള ജീവിതം, വിവാഹമോചനത്തിന്റെ വക്കോളമെത്തിയെങ്കിലും, ശാരീരികമായി ഏറെ അവശനായിരുന്ന യൂജിന്റെ അവസാന നാളുകളിൽ നല്ലൊരു സഹായിയായി അവർ അദ്ദേഹത്തിനരികിലുണ്ടായിരുന്നു.

ലോകനാടകരംഗത്ത് ശ്രദ്ധേയമായ ചലനങ്ങൾ സൃഷ്ടിച്ച ആ അമൂല്യ പ്രതിഭ, 1953 നവംബർ 27 ന് ഈ ലോകത്തോടു യാത്ര പറഞ്ഞു.

ഡാനിയൽ ഡിഫോ

ഒറ്റ നോവൽകൊണ്ട് ഉന്നതങ്ങളിലെത്തിയ സാഹിത്യപ്രതിഭ

മകനെ ഒരു വൈദികനാക്കണമെന്നു മോഹിച്ച ഇറച്ചിക്കച്ചവടക്കാരനായ പിതാവ്. ഇതിനുവിരുദ്ധമായി വിപ്ലവവും യാത്രയും പത്രപ്രവർത്തനവുമായി ജനങ്ങളിലേക്കിറങ്ങിത്തിരിച്ച മകൻ; അതായിരുന്നു *റോബിൻസൻ ക്രൂസോ* എന്ന ശ്രദ്ധേയ കൃതി ലോകത്തിനു സമ്മാനിച്ച ഡാനിയൽ ഡിഫോ. 1660 ൽ ഇംഗ്ലണ്ടിലാണ് ഡിഫോ ജനിച്ചത്. ബാലൻ വളർന്നു വന്നപ്പോൾ പിതാവിന്റെ ഇഷ്ടത്തിലും മാറ്റമുണ്ടായി. അതനുസരിച്ച് മകനെ നെയ്ത്തു ജോലി പഠിപ്പിച്ച അദ്ദേഹം വസ്ത്രവ്യാപാര രംഗത്തേക്കു പ്രവേശിക്കാൻ മകനെ പ്രേരിപ്പിച്ചു. എന്നാൽ ആ തൊഴിലിനോട് അശേഷം താല്പര്യം കാട്ടാതിരുന്ന ഡാനിയൽ വ്യാപാരമുപേക്ഷിച്ച് അന്യനാടുകളായ സ്പെയിൻ, ഫ്രാൻസ് എന്നിവിടങ്ങളിൽ തൊഴിൽ അന്വേഷിച്ച് പര്യടനം നടത്തി. അവിടെ കൊച്ചുകൊച്ചു ജോലികൾ ലഭിച്ചെങ്കിലും ഒന്നിലും വിജയം കാണാതെ ഇരുപതാം വയസ്സിൽ സ്വന്തം നാട്ടിൽ തിരിച്ചെത്തി.

ഇംഗ്ലണ്ടിൽ പത്രപ്രവർത്തനത്തിൽ ഏർപ്പെടുകയാണ് തുടർന്ന് ആ യുവാവ് ചെയ്തത്. പത്രങ്ങൾക്ക് വാർത്തകൾ ശേഖരിച്ചു നല്കിയും രാഷ്ട്രീയ വിഷയങ്ങളിൽ ലഘുലേഖകൾ അച്ചടിച്ചു വിതരണം ചെയ്തും ഡിഫോ സ്വന്തമായ ജീവിതമാർഗ്ഗം സ്വീകരിക്കാൻ തയ്യാറായി.

ആദ്യമായി പ്രസിദ്ധീകരിച്ച ലഘുലേഖ 'ദ ട്രൂ ബോൺ ഇംഗ്ലീഷ് മാൻ' എന്നതായിരുന്നു. രാജഭരണത്തെ പിൻതാങ്ങിക്കൊണ്ടുള്ള ആ ലഘു ലേഖയ്ക്കു വേണ്ടത്ര പ്രചാരം ലഭിച്ചില്ല. എന്നാൽ ഭരണകക്ഷിയെയും മതമേധാവികളെയും പാർലമെന്റിനെയും രൂക്ഷമായി പരിഹസിച്ചുകൊണ്ടാണ് അടുത്ത ലഘുലേഖ പുറത്തിറങ്ങിയത്. 'ദ ഷോർട്ട് വേ വിത്ത് ഡിസന്റേഴ്സ്' എന്നായിരുന്നു അതിന്റെ പേര്. അതു പരക്കെ ശ്രദ്ധിക്കപ്പെട്ടു. ആ പ്രസിദ്ധി ഡിഫോയെ കാരാഗൃഹത്തിലാണെത്തിച്ചത്. ഒരു വർഷത്തെ തടവുശിക്ഷയ്ക്കുശേഷം ഡിഫോ ജയിൽവിമോചിതനായി. *മരച്ചട്ടത്തിനു ഒരു പ്രാർത്ഥനാ ഗീതം* എന്ന പദ്യകൃതിയായിരുന്നു തുടർന്നു പ്രസിദ്ധീകരിച്ചത്. രാജഭരണത്തെയും മതമേലദ്ധ്യക്ഷന്മാരെയും രൂക്ഷമായി പരിഹസിച്ചുകൊണ്ടുള്ള ഒരു കൃതിയായിരുന്നു അത്. അതിനു ധാരാളം വായനക്കാരുണ്ടായി. ഡിഫോ ജനമനസ്സുകൾ പിടിച്ചടക്കാൻ പിന്നെ താമസമുണ്ടായില്ല. എന്നാൽ രാജ്യദ്രോഹക്കുറ്റം ചുമത്തി ഡിഫോയെ വീണ്ടും അറസ്റ്റുചെയ്തു. ഒരുവർഷം നീണ്ട ജയിൽവാസം. ഇത്തവണ കഠിനമായ ഒരു ശിക്ഷകൂടി അനുഭവിക്കേണ്ടി വന്നു. ഡിഫോ കവിതയിൽ പരാമർശിച്ചിരുന്ന രീതിയിൽ ഒരു മരച്ചട്ടയുണ്ടാക്കി ചട്ടത്തിനുള്ളിൽ മുഖം മാത്രം വെളിയിൽ കാണുംവിധം പ്രദർശിപ്പിച്ചുകൊണ്ട് നഗരം ചുറ്റുകയും പ്രധാന സ്ഥലങ്ങളിൽ പ്രദർശിപ്പിക്കുകയും ചെയ്തു. ജനങ്ങളുടെ കൂക്കുവിളിയും കല്ലേറും പ്രതീക്ഷിച്ച അധികൃതർക്കു ദർശിക്കാനായത് ഡിഫോയുടെ കഴുത്തിൽ പൂമാല ചാർത്തുകയും സുഗന്ധ പുഷ്പങ്ങൾ വാരിയെറിഞ്ഞ് ആദരവ് പ്രദർശിപ്പിക്കുകയും ചെയ്യുന്ന അസംഖ്യം ആരാധകരെയാണ്. അധികാരികൾക്കെതിരെയുള്ള ജനകീയപ്രക്ഷോഭം നിയന്ത്രണാതീതമായപ്പോൾ ശിക്ഷാകാലാവധി എത്തും മുമ്പ് ഡിഫോയെ ജയിൽമോചിതനാക്കേണ്ടിവന്നു.

ജയിലിൽനിന്നും പുറത്തിറങ്ങിയ ഡിഫോ കൂടുതൽ കരുത്തോടെ തന്റെ പ്രവർത്തനങ്ങളിലേർപ്പെട്ടു. ഒരു പത്രം തുടങ്ങുകയായിരുന്നു അടുത്ത ലക്ഷ്യം. *റിവ്യൂ* എന്ന ആ ലഘുപത്രം ആഴ്ചയിൽ മൂന്നു ലക്കങ്ങളായിരുന്നു തുടക്കത്തിൽ പ്രസിദ്ധീകരിച്ചത്.

ഇംഗ്ലണ്ടിന്റെയും സ്കോട്ട്ലന്റിന്റെയും ഏകീകരണത്തിനുവേണ്ടി വാദിച്ച ഡിഫോയെ ഈ ലക്ഷ്യത്തിനായി പ്രവർത്തിക്കാൻ ഒരിക്കൽ ഗവൺമെന്റുതന്നെ സ്കോട്ട്ലന്റിലേക്ക് അയച്ചു. പക്ഷേ, രൂക്ഷമായ രാഷ്ട്രീയ വിമർശനത്തിന്റെ ഫലമായി അവിടെയും ഡിഫോക്ക് ജയിൽ ശിക്ഷ ഏറ്റുവാങ്ങേണ്ടിവന്നു. തന്റെ രാഷ്ട്രീയ ലേഖനങ്ങളും മറ്റു ലഘുലേഖകളും ഇതിനോടകം ഡിഫോയ്ക്ക് ഏറെ പ്രശസ്തി നല്കിയിരുന്നു. 'ഇംഗ്ലീഷ് പത്രപ്രവർത്തനത്തിന്റെ പിതാവ്' എന്ന പേര് അദ്ദേഹത്തിന് ലഭിക്കാൻ ഇത് ഇടയാക്കി. രാഷ്ട്രീയ പ്രവർത്തനവും തുടർച്ചയായ ജയിൽവാസവും ആ പ്രതിഭാശാലിയുടെ ആരോഗ്യത്തെ ബാധിച്ചപ്പോൾ രാഷ്ട്രീയരംഗത്തുനിന്നു പിൻവാങ്ങിയ ഡിഫോ സാഹിത്യ രചനയിൽ ശ്രദ്ധ കേന്ദ്രീകരിച്ചു.

ഒരു ബാല്യകാല അനുഭവമായിരുന്നു അദ്ദേഹത്തിന്റെ *ജേർണൽ ഓഫ് ദി പ്ലേഗ് ഇയർ.* 1665 ൽ ലണ്ടനെ ഗ്രസിച്ച പ്ലേഗും അതുമൂലം ജന ജീവിതത്തിൽ വന്നു ഭവിച്ച ദുരിതങ്ങളുമായിരുന്നു അതിലെ പ്രതിപാദ്യം.

ഒരു പ്രേതകഥയും ഡിഫോയുടെ കൃതികളിൽ ഉൾപ്പെടുന്നു. മരണം കഴിഞ്ഞ് 24 മണിക്കൂറിന് ശേഷം മിസിസ് ബാർ ഗ്രേവ് എന്ന യുവതി തന്റെ സ്നേഹിതയുടെ മുന്നിൽ പ്രത്യക്ഷപ്പെട്ട് സംഭാഷണത്തിലേർപ്പെ ടുന്നതാണ് നോവലിലെ പ്രതിപാദ്യം.

ഡാനിയൽ ഡിഫോയുടെ പ്രധാന കൃതികളെല്ലാം യഥാർത്ഥ സംഭ വങ്ങളെ അടിസ്ഥാനമാക്കി രചിച്ചിട്ടുള്ളവയാണ്. അതിലേറ്റവും പ്രധാന കൃതിയാണ് 1719 ൽ പ്രസിദ്ധീകരിച്ച *റോബിൻസൻ ക്രൂസോ* എന്ന നോവൽ. അദ്ദേഹത്തിന്റെ ഏറ്റവും പ്രശസ്ത കൃതിയും ഇതുതന്നെ. 1703 ൽ ഉണ്ടായ ഒരു സാഹസിക പര്യടനവും അതേത്തുടർന്നുണ്ടായ സംഭവങ്ങളും നല്കിയ പ്രചോദനമായിരുന്നുവത്രെ *റോബിൻസൻ ക്രൂസോ* എഴുതാൻ ഡിഫോക്ക് പ്രേരണയായത്. ദക്ഷിണ ശാന്തസമു ദ്രത്തിലേക്കുള്ള പര്യടനത്തിനിടയിൽ കപ്പിത്താനുമായുണ്ടായ തർക്ക ത്തിന്റെ ഫലമായി ജുവാൻ ഫെർനാൻഡസ് എന്ന ദ്വീപിൽ ഇറക്കിവിട പ്പെട്ട സെൽകിർക്ക് എന്ന യാത്രക്കാരന്റെ 4 വർഷവും 4 മാസവും ദ്വീപിൽ കഴിച്ചുകൂട്ടിയ ഏകാന്തവാസവും തുടർന്ന് അതുവഴി വന്ന മറ്റൊരു കപ്പ ലിൽ രക്ഷപ്പെടുന്നതുമായ സംഭവം പ്രസിദ്ധപ്പെടുത്തിയിരുന്നു. ഈ വിവ രണമാണത്രെ നോവലെഴുതാൻ ഡിഫോക്ക് പ്രേരണയായത്. യഥാർത്ഥ സംഭവങ്ങളുമായി യാതൊരു സാദൃശ്യവുമില്ലാതെ സ്വന്തം ഭാവനയും ചിത്രീകരണ സാമർത്ഥ്യവുമുപയോഗിച്ച് പുതിയ കഥാപാത്രങ്ങളെയും കഥാസന്ദർഭങ്ങളെയും സൃഷ്ടിക്കാൻ ഡിഫോക്ക് കഴിഞ്ഞു. ദ്വീപിലെ നീണ്ട 28 വർഷത്തെ ഏകാന്ത ജീവിതം നോവലിസ്റ്റ് തന്മയത്വമായി ഈ കൃതിയിൽ വരച്ചുകാട്ടുന്നു.

തുടക്കത്തിലെ രാഷ്ട്രീയ ലേഖനമെഴുത്തും ഭരണത്തിനെതിരെ യുള്ള വിമർശനവുമായി ക്ലേശിച്ച്, മോശമായ സാമ്പത്തിക സ്ഥിതിയിൽ കഴിഞ്ഞിരുന്ന ഡിഫോക്ക് *റോബിൻസൻ ക്രൂസോ*യുടെ പ്രകാശന ത്തോടെ മെച്ചമായ സാമ്പത്തിക സ്ഥിതി കൈവന്നു. പല ഭാഷകളിലും പുസ്തകം പ്രസിദ്ധീകരിക്കപ്പെട്ടു. ലോകത്തിലെമ്പാടും അദ്ദേഹത്തിന് ആരാധകരുണ്ടായി.

അന്ത്യകാലം ശാന്തമായി ചെലവഴിക്കാൻ ഭാഗ്യം ലഭിച്ച ആ പ്രതി ഭാശാലി 71-ാം വയസ്സിൽ 1731 ൽ അനന്തതയുടെ അനശ്വര ദ്വീപുകൾ തേടി യാത്രയായി. *റോബിൻസൻ ക്രൂസോ* എന്ന കൃതി ഇന്നും വ്യാപ കമായി വായിക്കപ്പെടുകയും ആദരിക്കപ്പെടുകയും ചെയ്യുന്നു.

എഡ്ഗർ അല്ലൻപോ

കവിതയോടൊപ്പം കുറ്റാന്വേഷണവും ലോകത്തിനു സമ്മാനിച്ച പ്രതിഭാശാലി

അനന്യസാധാരണമായ തന്റെ രചനാരീതികൊണ്ട് ജനപ്രീതി പിടിച്ചുപറ്റിയ എഡ്ഗർ അല്ലൻപോ 1809 ജനുവരി 19 ന് അമേരിക്കയിലെ ബോസ്റ്റണിൽ ജനിച്ചു.

നന്നേ ചെറുപ്പത്തിൽത്തന്നെ മാതാപിതാക്കൾ നഷ്ടപ്പെട്ട ആ ബാലൻ ജോൺ അലൻ എന്ന വെർജീനിയൻ വ്യാപാരിയുടെ സംരക്ഷണയിലാണ് വളർന്നത്. വ്യാപാര കാര്യങ്ങൾക്കായി നിരന്തരം ജോൺ അലന് ബ്രിട്ടനിൽ പോകേണ്ടിവന്നു. അതോടൊപ്പം തന്റെ വളർത്തുപുത്രനെയും ബ്രിട്ടനിൽ നിന്നും വിദ്യാഭ്യാസം ചെയ്യിക്കുന്നതിന് അദ്ദേഹം ശ്രദ്ധിച്ചു. വർഷങ്ങൾക്കുശേഷം അദ്ദേഹം വിർജീനിയയിലേക്കു മടങ്ങുകയും അവിടെ വിർജീനിയ സർവ്വകലാശാലയിൽ വിദ്യാഭ്യാസം തുടരുകയും, ഒരു വർഷത്തിനുശേഷം മോശമായ സാമ്പത്തിക സ്ഥിതി കാരണം വിദ്യാഭ്യാസം അവസാനിപ്പിക്കുകയും ചെയ്തു.

തന്റെ വിദ്യാഭ്യാസത്തിന് വളർത്തച്ഛനിൽനിന്നും വേണ്ടത്ര സാമ്പത്തിക സഹായം ലഭ്യമാകാത്തതിനെച്ചൊല്ലി അലനുമായി നിരന്തരം വഴക്കിട്ടിരുന്ന അദ്ദേഹം, 1827 ൽ യു എസ് ആർമിയിൽ ചേരുകയും രണ്ടു വർഷം അവിടെ സേവനമനുഷ്ഠിക്കുകയും ചെയ്തു.

ഈ കാലയളവിൽ തന്റെ വളർത്തച്ഛന്റെ സംരക്ഷണയിൽനിന്നും മാറി ബോസ്റ്റണിലെത്തി അവിടെ താമസമാക്കിയ അദ്ദേഹം *ടാമർലെയ്ൻ ആന്റ് അദർ പോയംസ്* പ്രസിദ്ധീകരിച്ചു. എന്നാൽ അതു വേണ്ടത്ര ശ്രദ്ധിക്കപ്പെടുകയുണ്ടായില്ല. തുടർന്ന് സാഹിത്യ നിരൂപണത്തിൽ ശ്രദ്ധ പതിപ്പിക്കുകയും ആനുകാലിക പ്രസിദ്ധീകരണങ്ങളിൽ ധാരാളം ലേഖനങ്ങൾ എഴുതുകയും ചെയ്തു.

1835 ൽ അദ്ദേഹം വെർജീനിയാ ക്ലമൺ എന്ന യുവതിയെ വിവാഹം കഴിച്ചു. 1845 ലാണ് തന്റെ രണ്ടാമത്തെ കവിതാസമാഹാരമായ *ദ റാവെൻ* പ്രസിദ്ധീകരിച്ചത്. അതു വളരെ ശ്രദ്ധിക്കപ്പെട്ടു. 1847 ൽ തന്റെ ഭാര്യ ക്ഷയരോഗം ബാധിച്ച് ഈ ലോകത്തോടു യാത്ര പറഞ്ഞു.

അമേരിക്കൻ റൊമാന്റിക് പ്രസ്ഥാനത്തിന്റെ തുടക്കക്കാരിൽ ഒരാളായി അറിയപ്പെടുന്ന അലൻപോ ആധുനിക അപസർപ്പകസാഹിത്യം, കുറ്റാന്വേഷണ സാഹിത്യം എന്നിവയിൽ ശ്രദ്ധേയമായ സംഭാവനകൾ നല്കുകയുണ്ടായി. അദ്ദേഹത്തിന്റെ പ്രസിദ്ധമായ അപസർപ്പക കൃതിയാണ് 1845 ൽ രചിച്ച *ദ മർഡേഴ്സ് ഇൻദ റ്യൂ മോർഗ്*. കൂടാതെ സയൻസ് ഫിക്ഷനിലും അദ്ദേഹം കാര്യമായ സംഭാവനകൾ നല്കിയിട്ടുണ്ട്. മറ്റു പ്രധാന കൃതികൾ *ദ റാവൺ, ദ ഫാൾ ഓഫ് ദ ഹൗസ് ഓഫ് അഷർ, ദ ഗോൾഡ്സ്* എന്നിവയാണ്.

കവി, ചെറുകഥാകൃത്ത്, നിരൂപകൻ, എഡിറ്റർ എന്നീ നിലകളിൽ ലോകശ്രദ്ധ പിടിച്ചു പറ്റിയ ഈ പ്രതിഭാശാലി 1849 ഒക്ടോബർ 7 ന് തന്റെ 40-ാം വയസ്സിൽ കാലയവനികയ്ക്കുള്ളിൽ മറഞ്ഞു.

ഡി എച്ച് ലോറൻസ്

ജീവനുള്ളതെല്ലാം അത്ഭുതകരമാണ് എന്നു തന്റെ കൃതികളിലൂടെ പ്രഖ്യാപിച്ച ഇംഗ്ലീഷ് നോവലിസ്റ്റ്

തത്ത്വചിന്തകനിലും ശാസ്ത്രകാരനിലും പുരോഹിതനിലും ഉന്നതമായ സ്ഥാനം സർഗ്ഗസാഹിത്യകാരനുണ്ടെന്ന് വിശ്വസിച്ച ഡി എച്ച് ലോറൻസ് 1885 സെപ്തംബർ 11 ന് നോട്ടിങ്ങാംഷയറിലുള്ള ഈസ്റ്റ്‌വുഡിൽ ജനിച്ചു. ഖനിത്തൊഴിലാളിയായിരുന്ന അച്ഛൻ മുഴുക്കുടിയനായിരുന്നു. അമ്മയുമായി അച്ഛൻ നിരന്തരം വഴക്കിടുന്നതും തല്ലുകൂടുന്നതും കണ്ടാണ് ആ ബാലൻ വളർന്നത്. ബാല്യത്തിൽ തന്നെ ഖനിപ്പണിക്കു പോകുവാൻ പിതാവ് മകനെ നിർബ്ബന്ധിച്ചെങ്കിലും മകൻ പഠിച്ചു വലിയവനാകണമെന്ന അമ്മയുടെ നിശ്ചയദാർഢ്യത്തിനു മുന്നിൽ അച്ഛനു തോറ്റു പിന്മാറേണ്ടിവന്നു. ഒരു സ്കോളർഷിപ്പിന്റെ പിൻബലത്തിൽ പഠനം തുടർന്ന ആ ബാലന് 15-ാം വയസ്സിൽ ഔപചാരികമായ സ്കൂൾ വിദ്യാഭ്യാസത്തിന് വിരാമം കുറിക്കേണ്ടിവന്നു. എങ്കിലും അവൻ നിരാശനായി പിന്മാറിയില്ല. ഒരു ഫാക്ടറിയിൽ ഗുമസ്തനായി ചേർന്ന അവൻ ട്യൂഷനെടുത്ത് പഠനം തുടരുകയാണുണ്ടായത്. 22-ാം വയസ്സിൽ നോട്ടിങ്ങാം സർവ്വകലാശാലയിൽനിന്നും വിദ്യാഭ്യാസം പൂർത്തിയാക്കിയ ലോറൻസ് തുടർന്ന് മൂന്നു വർഷം ലണ്ടനിലെ ക്രൊയിഡനിലെ ഡേവിഡ്സൺ റോഡ്സ്കൂളിൽ

അദ്ധ്യാപകനായി ജോലിനോക്കി.

സാഹിത്യരചനയോട് അനല്പമായ താല്പര്യം പുലർത്തിയ അദ്ദേഹം കവിത എഴുതിക്കൊണ്ടാണ് സാഹിത്യരംഗത്തേക്ക് കടന്നു വന്നത്. ഇതിനിടെ തന്റെ ഏതാനും കവിതകൾ ചില മാസികകളിൽ അച്ചടിച്ചുവരികയുണ്ടായി. 1910 ൽ മാതാവിന്റെ ദേഹവിയോഗം ലോറൻസിനെ ഏകാകിയും വിഷാദവാനുമാക്കി. സാഹിത്യരചനയ്ക്ക് താല്ക്കാലികമായി വിരാമം കുറിച്ചെങ്കിലും തുടർന്ന് നോവൽ രചനയിലേക്ക് ആ യുവാവ് ശ്രദ്ധപതിച്ചു. 1911 ൽ അദ്ദേഹത്തിന്റെ *വെൺമയൂരം* എന്ന നോവൽ പുറത്തുവന്നു. 1913 ൽ *പുത്രന്മാരും കാമുകന്മാരും* എന്ന നോവൽ പ്രസിദ്ധീകരിക്കപ്പെട്ടു. പോൾ മോറൽ എന്ന് ആദ്യം നോവലിന് പേരു നല്കിയെങ്കിലും അവസാനനിമിഷം *പിതാക്കന്മാരും പുത്രന്മാരും* എന്ന് പേരുമാറ്റുകയായിരുന്നു.

ഈ നോവലിന്റെ രചനയോടെ നോവലിസ്റ്റെന്ന നിലയിൽ ലോറൻസ് അറിയപ്പെടാൻ തുടങ്ങി. എന്തിനും മടിക്കാത്ത കുത്തഴിഞ്ഞ ആ ജീവിതം അസാധാരണമായ ഒരു പ്രണയനാടകത്തിലേക്കാണ് നോവലിസ്റ്റിനെ എത്തിച്ചത്. പ്രൊഫസർ ഏണസ്റ്റ് വീക്ക്‌ലിയുടെ സഹധർമ്മിണിയും മൂന്നു കുട്ടികളുടെ മാതാവുമായിരുന്ന ഫ്രീഡഫൊൺ റിഷ്തോഫനുമായി പ്രണയബന്ധത്തിലായ ലോറൻസ് അവരെ തന്റെ ജീവിതസഖിയാക്കി. തീവ്രാനുരാഗത്തിനും അസാധാരണമായ ആ കൂടിച്ചേരലിനുംശേഷം 1915 ൽ തന്റെ അടുത്ത നോവൽ പുറത്തുവന്നു. എന്നാൽ *റെയിൻബോ* എന്നു പേരുള്ള ആ നോവലിൽ അശ്ലീലമുണ്ടെന്ന് കണ്ടെത്തിയതിനെത്തുടർന്ന് സർക്കാർ നോവൽ നിരോധിക്കുകയും കോപ്പികൾ കണ്ടുകെട്ടുകയും ചെയ്തു. ഇതോടെ അദ്ദേഹത്തെ കഷ്ടകാലം വേട്ടയാടാൻ തുടങ്ങി. തന്റെ പുതിയ നോവലുകൾ പ്രസിദ്ധീകരിക്കാൻ ആളെക്കിട്ടാതെ വിഷമിച്ച അദ്ദേഹം വരയുടെയും വർണ്ണങ്ങളുടെയും ലോകത്ത് അഭയം തേടി. എന്നാൽ തന്റെ പെയിന്റിങ്ങുകളും പൊലീസ് കണ്ടുകെട്ടിയതോടെ അദ്ദേഹം ആകെ വിഷമവൃത്തത്തിലായി. ചില ചെറുകിട ആനുകാലികങ്ങളിൽ എഴുതിയ ചെറിയ രചനകൾ മാത്രമായിരുന്നു ആ കാലയളവിൽ നോവലിസ്റ്റിന്റേതായി പ്രസിദ്ധീകരിക്കപ്പെട്ടത്. ഇതിനിടെ സ്വന്തം നാട്ടിനെതിരായി ചാരവൃത്തിയിൽ ഏർപ്പെട്ടു എന്ന പരാതിയിന്മേൽ ക്രമസമാധാനപാലകർ ആ കുടുംബത്തെ വേട്ടയാടുകയും 1917 ൽ തങ്ങളുടെ താമസസ്ഥലത്തുനിന്ന് അവരെ പുറത്താക്കുകയും ചെയ്തു. സ്വന്തം നാട്ടിൽനിന്ന് നിഷ്കാസിതരായ ആ കുടുംബം ഇറ്റലിയിലും ഓസ്ട്രിയയിലും ജർമ്മിനിയിലുമായി ലക്ഷ്യമില്ലാതെ അലഞ്ഞു. ഇറ്റലിയിൽ കഴിയുമ്പോഴാണ് 1920 ൽ *ലോസ്റ്റ് ഗേൾ* എന്ന നോവലിന് രൂപം നല്കിയത്. തുടർന്ന് ഓസ്ട്രേലിയ, ശ്രീലങ്ക, മെക്സിക്കോ എന്നീ രാജ്യങ്ങളിൽ സഞ്ചാരം നടത്തിയ ഈ ദമ്പതികൾ കടുത്ത ദാരിദ്ര്യത്തിലും പ്രതികൂലമായ ജീവിത സാഹചര്യങ്ങളിലും തങ്ങളുടെ ജീവിതം തള്ളിനീക്കുക

യായിരുന്നു. പലരുടെയും ഔദാര്യത്തിന്റെ തണലിലാണ് ഇവർ ആ ദിവസങ്ങളിൽ കഴിഞ്ഞത്. മെക്സിക്കോയിൽ വെച്ചാണ് കടുത്ത ക്ഷയരോഗത്തിന്റെ പിടിയിലാണ് താനെന്ന് അദ്ദേഹം തിരിച്ചറിഞ്ഞത്. ഈ പ്രതിസന്ധികൾക്ക് നടുവിലും 1928 ൽ *ലേഡി ചാറ്റർലീസ് ലവർ* എന്ന പേരിലുള്ള തന്റെ ഏറ്റവും ശ്രദ്ധേയമായ നോവൽ പുറത്തുവന്നു. കടുത്ത അശ്ലീലം ആരോപിക്കപ്പെട്ട നോവൽ ബ്രിട്ടനിലും അമേരിക്കയിലും നിരോധിക്കപ്പെട്ടു. എന്നെന്നും ദൗർഭാഗ്യങ്ങളുടെ തടവുകാരനായിരുന്ന ഡി എച്ച് ലോറൻസ് 1930 മാർച്ച് 2 ന് എല്ലാ വിവാദങ്ങൾക്കും അന്ത്യംകുറിച്ചുകൊണ്ട് അരങ്ങൊഴിയുകയാണുണ്ടായത്. *ദ ട്രസ് പാസർ, വുമൺ ഇൻ ലവ്, ആരോൺസ് റോഡ്* എന്നിവയാണ് അദ്ദേഹത്തിന്റെ മറ്റു പ്രധാന നോവലുകൾ.

നോവലിസ്റ്റ് മരിച്ച് 30 വർഷങ്ങൾക്കുശേഷമാണ് *ലേഡി ചാറ്റർലീസ് ലവർ* പുറത്തുവന്നത്. മരണാനന്തരം രണ്ടു പതിറ്റാണ്ടുകൾക്കു ശേഷം അദ്ദേഹത്തിന്റെ നോവൽ ശരിയായി വിലയിരുത്തപ്പെടുകയുണ്ടായി. അതേത്തുടർന്ന് 20–ാം നൂറ്റാണ്ടിലെ ശ്രദ്ധേയരായ എഴുത്തുകാരുടെ പട്ടികയിൽ ഡി എച്ച് ലോറൻസ് എന്ന പ്രതിഭാശാലി ഇടം കണ്ടെത്തുകയായിരുന്നു.

9 789389 410136

Printed by Libri Plureos GmbH in Hamburg,
Germany